சங்கப் பெண் கவிஞர்களின் கவிதைகள்

மூலமும் உரையும்

தொகுப்பும் உரையும்:

ந.முருகேசபாண்டியன்

டிஸ்கவரி பப்ளிகேஷன்ஸ்

எண்: 9, பிளாட் எண்: 1080A, ரோஹிணி பிளாட்ஸ்,
முனுசாமி சாலை, கே.கே.நகர் மேற்கு,
சென்னை - 600 078. பேச: 99404 46650

வெளியீட்டு எண்: 0241

சங்கப் பெண் கவிஞர்களின் கவிதைகள்
(ஆய்வு நூல்)

தேர்வும் தொகுப்பும்: **ந.முருகேசபாண்டியன்**©

Sanga Pen Kavignargalin Kavithaigal (Research)

Compiled by: **N. Murugesapandian**©

Printed in India
1st Edition: May- 2023
ISBN: 978-93-95285-71-1
Pages - 184
Rs - 220

Publisher •	*Sales Rights*
Discovery Publications	**Discovery Book Palace (P) Ltd**
No. 9, Plot,1080A, Rohini Flats, Munusamy Salai, K.K.Nagar West, Chennai - 78. Tamilnadu, India. Mobile: +91 99404 46650	No. 1055-B, Munusamy Salai, K.K.Nagar West, Chennai-600 078. Ph: (044) 4855 7525 Mobile: +91 87545 07070

discoverybookpalace@gmail.com
WWW.DISCOVERYBOOKPALACE.COM

இந்த நூலில் பிரசுரமாகியுள்ள எந்த ஒரு பகுதியையும் பதிப்பாளரின் எழுத்துபூர்வமான முன்அனுமதி பெறாமல் எடுத்தாள்வதோ, மறுபிரசுரம் செய்வதோ, மொழியாக்கம் செய்வதோ, அச்சு மற்றும் மின்னணு ஊடகங்களில் மறுபதிப்பு செய்வதோ, காப்புரிமைச் சட்டப்படி தடை செய்யப்பட்டுள்ளது. இந்த நூலிலிருந்து குறிப்பிட்ட பகுதிகளை மேற்கோள் காட்டி புத்தக விமர்சனம் செய்ய, ஊடகங்களுக்கு மட்டும் அனுமதி உண்டு.

உங்கள் மொபைல் போனிலிருந்து ஸ்கேன் செய்து டிஸ்கவரி புக் பேலஸின் மொபைல் ஆப்பை டவுன்லோடு செய்து, புத்தகங்களை வாங்குங்கள்.

தொகுப்புரை

வரலாறு என்பதே மொழியின் வழியே காலந்தோறும் கட்டமைக்கப்படும் புனைவுதான். அதிலும் இரண்டாயிரம் ஆண்டுகளுக்கு முன்னர் நிகழ்ந்த உண்மைச் சம்பவம் என்று எல்லாவகையான சான்றுகளைக் கொண்டு நிறுவினாலும், 'நம்பகத்தன்மை' என்பது கேள்விக்குரியது. நவீனக் கருத்தியல் நோக்குடன் பண்டைய வரலாற்றினை மறுவாசிப்பிற்குள்ளாக்கும்போது, இதுவரை மரபுரீதியில் கட்டமைக்கப்பட்ட கருத்துப்புலம் ஆட்டங் காணுகிறது. இந்நிலையில் மொழியானது மனித வாழ்க்கையில் பெறுமிடம் என்னவென்பது ஆழ்ந்த பரிசீலனைக்குரியது. மனித உயிரானது தனது நினைவுகளையும் அனுபவங்களையும் பிறரிடம் பரிமாறிக கொள்ளும்போது மொழி மிகவும் முக்கிய இடம் வகிக்கிறது. யோசித்துப் பார்க்கையில் மொழி இல்லாவிடில் மனித உயிர்கள் இருக்கும்; மனித சமுதாயங்கள் இருக்காது; வரலாறு இருக்காது. மனிதனைச் சமுதாயத்துடனும், அவன் வாழும் நிலத்துடனும் பிணைப்பதே மொழிதான். எப்பொழுதோ நடைபெற்ற சம்பவங்களின் நினைவாக மொழி இருப்பதனால், வரலாற்றை மனிதன்மீது சுமத்துவதன் மூலம் சமுதாயத்தின் இடைவிடாத இயக்கத்தினைச் சாத்தியப்படுத்துகிறது. இத்தகைய பின்புலத்தில் தமிழ் மொழி, தமிழ்நிலம், தமிழ் இலக்கியம் என்ற பரப்பினைப் புரிந்துகொள்ள வேண்டியது அவசியம். அதிலும் தமிழர் பெருமைக்குத் தளமாக விளக்குகின்ற சங்க இலக்கியம் என்று கட்டமைக்கப்பட்ட சொல்லாடலில் பொதிந்துள்ள அரசியலை ஆராய்ந்திட வேண்டிய தேவையேற்பட்டுள்ளது.

சங்க காலம் என்பதே புனைவானது. ஜைனர்களும் பௌத்தர்களும் தமிழ் நிலப்பரப்பில் ஏற்படுத்திய துறவியர் சங்கத்தில் நடைபெற்ற கல்வி தானத்திற்கு மாற்றாக, பக்தி இயக்கக் காலகட்டத்தில் ஏற்பட்ட சைவ, வைணவ எழுச்சி காரணமாக இட்டுக் கட்டப்பட்டதுதான் மதுரைத் தமிழ்ச் சங்கம் என்ற கருத்தானது ஆய்வாளர் சிலரால் சுட்டப்படுகிறது. கி.பி. 7 ஆம் நூற்றாண்டில் வாழ்ந்த திருநாவுக்கரசர் தொடங்கி ஆண்டாள், திருமங்கையாழ்வார், மாணிக்கவாசகர் போன்ற சமயப் புலவர்கள் 'சங்கம்' என்ற கருத்தினை முன்வைத்துள்ளனர். கி.பி.11ஆம் நூற்றாண்டைச் சார்ந்த இறையனார் அகப்பொருள் உரையாசிரியர்தான் முச்சங்கங்கள் பற்றிய கண்டுபிடிப்புகளைப் பதிவாக்கியுள்ளார். அவை, புனைவின் பக்கங்களாக விரிகின்றன. இதனுடைய தொடர்ச்சியாகத்தான் தமிழ்க் கடவுள் முருகன் என்பதனையும் புரிந்துகொள்ள முடியும். சங்க காலம் பற்றித் தீர்க்கமான முடிவுகளைச் சொல்லிட இயலாது; கால வரையறை முயற்சியிலேயே அறிஞர்களிடையே வேறுபட்ட கருத்துக்கள் உள்ளன. எனினும் பொது வழக்கமாக கி.மு. இரண்டாம் நூற்றாண்டு முதல் கி.பி. இரண்டாம் நூற்றாண்டு வரை நிலவிய காலகட்டத்தில் வெளியான பண்டைய தமிழ் இலக்கியப் படைப்புகளைச் சங்க இலக்கியம்' என்று வரையறுப்பது ஏற்புடையதாகி விட்டது.

'வடவேங்கடம் தென்குமரி ஆயிடைத் தமிழ்கூறு நல்லுலகம்' என்று இலக்கண நூலான தொல்காப்பியத்திற்குப் பாயிரம் எழுதிய பனம்பாரனார் குறிப்பிடுகின்றார். இங்கு தமிழ் மொழியானது நிலத்துடன் அடையாளப்படுத்தப்படுகிறது; புழங்குவெளி வரையறுக்கப்படுகிறது. தமிழின் ஐந்திணைப் பாகுபாடு என்பது புவியியல்ரீதியில் தமிழகத்தின் நிலவெளியைப் பகுக்கிறது. அதாவது நிலமானது மொழியின் வழியே தமிழ்ச் சமுதாயத்தின் பொது நினைவிற்குள் தகவமைக்கப்படுகிறது. குறிஞ்சி, முல்லை, மருதம், நெய்தல், பாலை எனப்படும் ஐவகை நிலப்பாகுபாட்டில், ஒவ்வொரு நிலத்துக்குமெனத் தனிப்பட்ட பொழுது ஒதுக்கப்பட்டது. இடமும் காலமும் பிரிக்கவியலாத அம்சம் என்பதனைப் பண்டைத் தமிழர் அறிந்திருந்தனர். இன்னும் சொன்னால் பல்வேறு இனக் குழுக்களாகவும்,

குறுநில மன்னர்களின் ஆளுகைக்குட்பட்டிருந்த மக்களைத் தமிழ் என்ற அடையாளம் ஒருங்கிணைத்தது. இனக்குழு மக்களின் பாரம்பரியமான வாழ்க்கைமுறை, சடங்குகள், தொன்மம், குலக்குறிச் சின்னங்கள், விலக்குகள், தொல்சமய நம்பிக்கைகள், பலிகள் போன்றவற்றைச் சிதைத்துவிட்டுப் புதியதோர் வாழ்க்கை முறையினை வாழவேண்டிய தேவை யினை ஏற்படுத்தின மாறிவரும் புதிய அரசியல் நிலைமைகள். மனிதர்களிடையே இயல்பூக்கமாகப் பொதிந்துள்ள காதலும் சண்டையும் இதனால்தான் போற்றப்பட்டன. இன்னொரு குறுநில மன்னரைப் போரில் வென்று, அந்நிலப் பரப்பினைத் தனது ஆளுகைக்குட்பட்ட நிலத்துடன் இணைத்து ஆட்சி செய்யும்போது, புதிய பிரச்சினைகள் தோன்றுகின்றன. வேறு குழுவிலிருந்து வரும் இளைஞனைத் திருமணம் செய்துகொள்வது ஏற்புடையது; அதற்குக் காதல் மட்டும் போதுமானது என்ற கருத்தானது பல அகத்திணைப் பாடல்களில் நுட்பமாகப் பொதிந்துள்ளது. (ஒரே நிலப்பரப்பு / இனக் குழுவிற்குள்ளே காதலுக்கு இத்தனை முக்கியத்துவம் தரவேண்டிய தேவையேற்படாது).

அகம், புறம் என்ற மொழியமைப்பிலான இரு எதிரிணைகள் மூலம் கட்டமைக்கப்பட்ட தமிழ் இருப்பானது ஏற்கெனவே நிலவிய தாய்வழிச் சமூக அமைப்பினைச் சிதைத்து ஆணின் வயப்பட்டதாக மாற்றி அமைக்கப்பட்டது. அக நிலையில் பெண்ணுடல் புணர்ச்சிமூலம் ஆணுக்கான துய்ப்பு மையமாவது போல, புறநிலையில் நிலமானது போரின்மூலம் ஆணுக்கான துய்ப்பு நிலமாக விரிகின்றது. நிலப்பரப்பினை நாடாக மாற்றுவதில் அதிகாரமானது மொழியின் வழியே ஆளுமை செலுத்துகிறது. நாடு என்ற கருத்தியலுடன் வேந்தன், குடிமக்கள், படை, ஆட்சிமுறை, கண்காணிப்பு, தண்டனை போன்றன வடிவெடுக்கின்றன. செந்தமிழ் சேர் பன்னிரு நாடுகள், கொடுந்தமிழ் நாடுகள் போன்ற பிரிவுகள் புதிதாக உருவாகின்றன. நாளடைவில் பரந்துபட்ட பல்வேறு குறுநில மன்னர்கள் என்ற நிலைமை நசுக்கப்பட்டு 'மூவேந்தர்' என்ற கருத்தியல் முன்னிலைப்படுத்தப்படுகிறது. தமிழ் நிலப்பரப்பினில் பேரரசு உருவாவதற்கான சாத்தியங்களைச் சங்க இலக்கியம்

துரிதப்படுத்தியது. பானர்கள்/புலவர்கள் மூலமாகவே தமிழ் என்ற அடையாளம் பரந்துபட்ட நிலையினை அடைந்தது. அதிகார மையத்தின் உச்சங்களாகப் பெருநில வேந்தர்கள் தோன்றுவதற்கான சூழலும் ஏற்பட்டது.

சங்க காலம் என்பது பண்டைத் தமிழர் பெருமை, மூவேந்தரின் எழுச்சி, பொற்காலம்போன்ற புனைவுகள் இன்று முன்வைக்கப்படுகின்றன. பல்வேறு இனக்குழுக்களின் வாழ்க்கைமுறைகள், ஒன்றுக்கொன்று மாறுபட்ட தன்மையுடையன. ஏறக்குறைய நானூறு ஆண்டுகளைச் சங்க காலம் என்று வரையறுத்து, அந்தக் காலகட்டத்தில் வெளியான பாடல்களைத் தொகுத்துச் 'சங்க இலக்கியம்' என்று அடையாளப்படுத்தப்படுகிறது. இத்தகைய பாடல்கள் எப்பொழுது, யாரால், என்ன நோக்கம் கருதித் தொகுக்கப்பட்டன? தொகுப்பிற்கான பாடல் தேர்வில் தொகுப்பாளர் பின்பற்றிய நெறிமுறைகள் யாவை? இவை மட்டும்தான் தொகுப்புகளா? இன்னும் வேறு பல தொகுப்புகள் இருந்தனவா? இப்படிச் சங்க இலக்கியத் தொகுப்பு முயற்சிகள் பற்றிப் பல கேள்விகள் கேட்கலாம். எல்லாவிதமான கேள்விகளுக்கும் சந்தேகங்களுக்கும் இடமளித்தாலும், சங்க இலக்கியம்' என்பது படைப்புரீதியில் உன்னதமானது. ஒரு தேர்ந்த வாசகன் சங்க இலக்கியப் பரப்பில் நுணுகி வாசித்திட ஏற்றவகையில் கவித்துவத்துடன் கவிதை வரிகள் ஒளிர்கின்றன. சங்கக் கவிதைகள் பண்டைத் தமிழர் வாழ்க்கையின் பிரதிபலிப்புகள் என்ற புனைவினை ஒதுக்கிவிட்டு, அருமையான கவிதைகள் என்று வாசிப்பதற்கான தோது இன்றும் நிரம்ப உள்ளது. குறிப்பாக 'கோக்' பாட்டில் போல் பலரும் ஒரே மாதிரி நவீன கவிதைகளை உற்பத்தி செய்துகொண்டிருக்கும் இன்றையத் தமிழ்க் கவிதைச் சூழலில், மொழியின் பரப்பினையும் நுணுக்கத்தினையும் அறிந்துகொள்ள சங்கக் கவிதைகள் உதவுகின்றன. தமிழ்க் கவிதையுலகில் தொடர்ந்து ஆழமாக இயங்கிக்கொண்டிருக்கும் கவிஞர்களின் ஆக்கத்திறனில் நுட்பமான மாறுதல்களை ஏற்படுத்தக் கூடியனவாகும் சங்கக் கவிதைகள்.

இன்று நமக்குக் கிடைத்துள்ள சங்கப் பாடல்களைப் பாடிய கவிஞர்களின் எண்ணிக்கை 473 ஆகும். (சில பாடல்களைப்

பாடிய கவிஞர்களின் பெயர்களை அறிய இயலவில்லை) இத்தகைய கவிஞர்களில் பெண்களின் எண்ணிக்கை 41. பெண் கவிஞர்களின் எண்ணிக்கைக் குறித்துத் தமிழறிஞர்களிடையே கருத்து வேறுபாடுகள் உள்ளன. பெண் கவிஞர்களின் எண்ணிக்கையினை உ. வே. சா. 38 எனவும் எஸ். வையாபுரிப் பிள்ளை 30 எனவும், ஔவை துரைசாமி பிள்ளை 34 எனவும் புலவர் கா. கோவிந்தன் 27 எனவும் ஔவை நடராசன் 41 எனவும் ந.சஞ்சீவி 30 எனவும், தாயம்மாள் அறவாணன் 45 எனவும் குறிப்பிடுகின்றனர். சங்கப் பெண் கவிஞர்களைப் பற்றி முனைவர் பட்ட ஆய்வினை மேற்கொண்ட ஔவை நடராசன் தர்க்கரீதியில் சங்கப் பாடல்களை ஆராய்ந்து பெண் கவிஞர்களை வரையறுப்பது ஏற்புடையதாக உள்ளது. எனவே, இத்தொகுப்பில் ஔவை நடராசன் வரையறுத்துள்ள 41 பெண்கவிஞர்களின் கவிதைகள் மட்டும் தொகுத்துத் தரப்பட்டுள்ளன.

செவ்வியல் மொழிகளான சீனம், கிரேக்கம், இலத்தீன், அரபு, சம்ஸ்கிருதம் போன்றவற்றில் எழுதப்பட்ட பண்டையப் பாடல்கள், இறைவனைப் போற்றியும் கடவுளர்களின் அதியற்புதப் புனைகதைகளையும் விவரித்துள்ளன. தமிழைச் செவ்வியல் மொழியாக்கியுள்ள சங்கப் பாடல்கள், அகம், புறம் என்று மனித வாழ்க்கையை முன்வைத்து எழுதப்பட்டுள்ளன. அந்தவகையில் சமயச் சார்பற்ற சங்கப் பாடல்கள் குறித்துத் தமிழர்கள் பெருமிதம் அடையலாம்.

சங்க காலத்தில் நூற்றுக்கணக்கான பெண் கவிஞர்களின் கவிதை எழுதியிருக்க வாய்ப்புண்டு. அவற்றில் தொகுப்பாளரின் மனத்தடை, கட்டுப்பாடு, நோக்கம் காரணமாகப் பல கவிஞர்களின் கவிதைகள் தொகுக்கப்படாமலிருக்க சாத்தியமுண்டு. எனவே சங்க காலத்தில் பெண்கள் எழுத்தறிவு பெற்றிருந்ததுடன் கவிதைகளும் எழுதினர் என்பது, அன்றைய சமூக மதிப்பீட்டில் பெண்ணின் இடத்தினை அறிய உதவுகிறது. இரண்டாயிரமாண்டு வரலாற்றுப் பழமையான தமிழில், சங்க காலத்தில்தான் பெண்கள் அதிகஅளவில் கவிதைகள் எழுதியுள்ளனர். அதற்கடுத்துக் காரைக்கால் அம்மையார், ஆண்டாள் என்ற சமயம் சார்ந்த பெண்கவிஞர்களின் கவிதைகள் மட்டும்தான் பதிவாகியுள்ளன.

சங்க காலத்தில் கவித்துவ வீர்யத்துடன் அழுத்தமாகத் தடம் பதித்திருந்த பெண் கவிஞர்களின் தொடர்ச்சி ஏன் அறுபட்டது? பெண்ணின் வெளியை வீட்டினுள் முடக்கிடுமாறு சமூக நிலைமையில் மாற்றங்கள் தோன்றியதற்கான காரணங்கள் நுட்பமாக ஆராயப்பட வேண்டியனவாகும்.

சங்க காலத்தில் எச்சமாக நிலவிய தாய்வழிச் சமூக அமைப்பு முறையானது, பின்னர் வந்த பக்தி இயக்கக் காலகட்டத்தில் முற்றிலும் புறக்கணிக்கப்பட்டது. பெண் புழங்கும் வெளியானது 'வீடு” மட்டும் என்று வரையறுக்கப்பட்டது. காரைக்கால் அம்மையார் எவ்வளவுதான் பக்தியுடன் இறைவனை வழிபட்டாலும் பெண்ணுடல்' காரணமாகக் கடைசிவரை சிவபெருமான் அவருக்குக் காட்சி அளிக்கவில்லை. தொடர்ந்து தமிழக நிலப்பரப்பில் ஆதிக்க அரசியல் காரணமாக நடைபெற்ற போர்கள் காரணமாகப் 'பெண்' என்பவள் ஆணின் பாதுகாப்பில் அடங்கியொடுங்கி இருக்கப்பட வேண்டியவள் என்ற கருத்தானது வலியுறுத்தப்பட்டது. சங்க காலத்தில் கல்வி அறிவு பெற்றுச் சுதந்திரத்துடன் செயல்பட்ட பெண்களின் நிலை மாறியது. வைதிக சநாதனம் மேலோங்கிய பிற்காலத்தில் பெண்களுக்கு, கல்வியானது முற்றிலும் மறுக்கப்பட்டது; வெறுமனே ஆணின் கேளிக்கைக்கான துய்ப்பு நிலமாகப் பெண் உடல் மாற்றப்பட்டது. சமூகச் செயற்பாட்டில் பெண் இரண்டாந்தரமானவளாக மாற்றப்பட்டது ஒருவகையில் சமூகக் கொடுமை. தமிழர் வரலாற்றில் ஏறக்குறைய 1700 ஆண்டுகள் பெண்கள் எவ்விதமான அடையாளமும் அற்று முடக்கப்பட்டிருந்தனர் என்பது வேதனையான விஷயம். இத்தகைய பின்புலத்தில், சங்க காலகட்டத்தில் 41 பெண்கள் கவிதை எழுதியதன் முக்கியத்துவத்தினைப் புரிந்துகொள்ள வேண்டும்.

19 ஆம் நூற்றாண்டில் ஆங்கிலக் கல்வி பெற்றதன் விளைவாக எழுதத்தொடங்கிய பெண்களின் ஆக்கங்கள் பெரிதும் ஆணின் மொழியிலே அமைந்திருந்தன. ஆண், பெண்ணுக்கு அறிவுரை சொல்வதுபோல் பெண் படைப்பாளர்களும் மரபு வழிப்பட்ட ரீதியில் பெண் பற்றிய பிம்பத்தினைப் படைத்தனர். காதல் என்ற

இயற்கையான உணர்வுகூட ஆணின் வழியாகப் பெண்ணுக்குக் கடந்து செல்லும் தன்மையுடையது என்ற பொதுப்புத்தி நிலவியது. பெண் தனது உடலையும் மனத்தினையும், பெண் என்ற நிலையில் அவள் எதிர்கொண்ட அனுபவங்களையும் கவிதையாக்கிட எழுதப்படாத தடை விதிக்கப்பட்டிருந்தது. இத்தகைய சூழலில் 1990களுக்குப் பின்னர் எழுதத் தொடங்கிய பெண் கவிஞர்கள் மாறுபட்ட, புதிய மொழியில் கவிதைகள் படைக்கத் தொடங்கியுள்ளனர். இதுவரை தனக்குக் கீழ் அடங்கியொடுங்கியிருப்பவள் பெண் என்று நம்பிக்கொண்டிருந்த ஆணின் பொதுப்புத்தியில் சலனமேற்படத் தொடங்கியுள்ளது. பன்னெடுங்காலமாக அறிவுரைகள், அறவுரைகள்மூலம் உருவாக்கப்பட்டிருந்த பெண் பற்றிய மதிப்பீடுகளை நவீனப் பெண் கவிஞர்கள் அசைக்கத் தொடங்கினர். பெண் தனக்கென உருவாக்கிய வெளியில், அவளுடைய அசலான கவிதை வரிகள் அதிர்வை ஏற்படுத்துகின்றன. இதுவரை கவிதை மொழியில் புனையப்பட்ட கற்பிதங்களைப் புறந்தள்ளிவிட்டு, பெண்ணின் சுயமான விருப்பு வெறுப்பு எல்லாவற்றையும் கேள்விக்குள்ளாக்குகிறது. பெண் கவிஞர்களின் தன்னிச்சையான கவிதை வரிகள், நிறுவனமயமாகிப்போன ஆண்கள் உலகில் பதற்றத்தையும் அவநம்பிக்கையையும் ஏற்படுத்துகின்றன. தமிழ்ப் பண்பாட்டின் போலீஸாகப் போலியாக வேடம் புனைந்து கொண்டவர்கள், பெண் கவிதைகளுக்கெதிராகக் குரலெழுப்புகின்றனர். சங்க காலத்திற்குப் பின்னர் இரண்டாயிரமாண்டுகள் கழித்து இப்பொழுதுதான் பெண்கள் மீண்டும் கவிதை எழுதத் தொடங்கியுள்ளனர். இது உண்மையிலே எவ்வளவு ஆரோக்கியமான விஷயம்? சமூகத்தில் சரிபாதியான பெண்கள் தேரைகளாக ஒடுங்கியிருந்த நிலைமையிலிருந்து விடுபட்டுச் சுயமாகத் தங்கள் குரலைக் கவிதையில் பதிவு செய்திருப்பது, மிகவும் வரவேற்கப்பட வேண்டியதாகும்.

இன்று கவிதை எழுதிக்கொண்டிருக்கும் பெண் கவிஞர்களில் பலருக்கு தங்களுடைய முன்னோடிகளான சங்கப் பெண் கவிஞர்கள் என்ன எழுதியிருக்கிறார்கள் என்பது பொதுவாகத் தெரியாது. ஔவையாரின் சில கவிதைகள் மட்டும் சிலருக்குத் தெரிந்திருக்கலாம். எட்டுத்தொகை நூல்களில் பரவலாகக்

காணப்படும் பெண் கவிஞர்களின் கவிதைகளை எளிய உரையுடன் தொகுத்து வாசிப்பதன்மூலம், தமிழ் மரபில் பெண் கவிஞர்களின் ஆளுமையை அறிந்துகொள்ள முடியும். இன்று பால் அடையாளத்துடன் அறியப்படும் பெண் கவிதை மொழியின் தனித்துவத்தையும் மூலத்தையும் சங்கப் பெண் கவிஞர்களின் கவிதைகளிலிருந்து கண்டறிய வாய்ப்புண்டு.

சங்கப் பெண் கவிஞர்களின் கவிதைகளைத் தொகுத்துத் தனி நூலாகத் தருவதில் பல நியாயங்களைக் கற்பிக்க முடியும். எனினும் 41 பெண்கள் சங்க காலத்தில் கவிதை எழுதினர் என்பதே பெரிய விஷயம்தான்; ஒருவகையில் கொண்டாடப்பட வேண்டியது.

சங்கத் தமிழ் என்பது தமிழரின் புராதனப் பெருமையைப் பறை சாற்றும் இலக்கியப் படைப்புகள் என்று பழம் பெருமை பேசும் அரசியலைப் புறந்தள்ளிவிட்டுச் சங்கக் கவிதைகளை அணுகிட வேண்டும். அவற்றின் மொழியும் தொடரமைப்பும் தனித்துவமுடையன. கவித்துவச் செறிவுடைய சங்கப் பெண் கவிஞர்களின் கவிதைகளை உரையின் துணையுடன் ஆழ்ந்து வாசிக்க வேண்டும். அப்பொழுதுதான் அவற்றை ரசிக்கவியலும். ஏற்கெனவே பல்வேறு உரையாசிரியர்கள் சங்கக் கவிதைகளுக்கு நுணுக்கமாக உரை எழுதியுள்ளனர். இத்தகைய உரைகள் நவீன இலக்கியம் மட்டும் அறிந்த வாசகருக்கு வாசிப்பில் சிரமம் தரும். எனவே, இன்றைய மொழி நடையினுக்கேற்ப, இலகுவாக வாசிப்பதற்கு ஏற்றவகையில் உரையினைத் திருத்தி அமைத்துள்ளேன். இம்முயற்சியானது சங்கப் பெண் கவிஞர்களின் கவிதைகளை எளிதில் அணுகிட உதவும். சங்க காலக் கவிதைகளில் காணப்படும் மரபுகளை அறிந்துகொள்வது, கவிதையைப் புரிதலை எளிமைப்படுத்தும். (சங்க மரபினைத் தவிர்த்துவிட்டுக் கவிதையை வாசிப்பது அவரவர் விருப்பம்). சங்க மரபுகளில் சில:

☆ ஆணுக்கும் பெண்ணுக்குமிடையிலான காதலைப் பற்றிச் சொல்லும்போது, தனிப்பட்டவர்களின் பெயர்களைக் கவிதைகளில் குறிப்பிடுவதில்லை. இது, அகக் கவிதை மரபாகும்.

- ✯ குறிஞ்சி, முல்லை, மருதம், நெய்தல், பாலை என்ற ஐவகை நிலத்திற்குரிய முதல், கரு, உரிப்பொருள்கள் வெவ்வேறானவை.
- ✯ வீரயுகப் பாடல்களுக்குரிய பாணர், விறலியர் பாடும் வாய்மொழிப் பாடல் மரபானது. சங்கப் பாடல்களில் இடம்பெற்றுள்ளது.
- ✯ மனித வாழ்க்கைக்குப் பின்புலமாக இயற்கையானது கவிதையாக்கத்தில் பெரிதும் இடம் பெற்றுள்ளது.

பொதுவாக வாசகர்கள் சங்கப் பெண் கவிஞர்களின் கவிதைகளை நேரடியாகவே வாசித்து விடலாம். அவை நவீன வாசகனுக்கு வாசிப்பில் தரும் அனுபவங்களும் புரிதல்களும்தான் முக்கியமானவை. சங்கப் பெண் கவிஞர்களின் கவிதைகள் பெண் பற்றிய தனித்த அடையாளத்துடன் வெளிப்பட்டுள்ளனவா? அன்றைய பொதுப்புத்தி சார்ந்த நிலையில் பெண் மொழி கட்டமைக்கப்பட்டுள்ளதா? இன்றைய சூழலில் அவற்றை எதிர்கொள்வது எப்படி? போன்ற கேள்விகள் எழும்புகின்றன.

சங்ககாலத்துப் பெண்கள் எழுதிய கவிதைகளைப் பரவலாக எடுத்துச்சென்று அறிமுகப்படுத்துவதுடன் வாசிப்பதற்கு வாய்ப்பு ஏற்படுத்துவதே இத்தொகுப்பின் நோக்கம். பெண்ணியவாதிகளுக்கும் மரபின் வேர்களைத் தேடுகிறவர்களுக்கும் மாணவ மாணவியருக்கும் இந்நூலானது பெரிதும் உதவும்; பெண் படைப்புகள் பற்றிய வாசிப்பில் விழிப்புணர்வை ஏற்படுத்தும். இத்தொகுப்பு உருவாக்கத்தில் டாக்டர் ஔவை நடராசனின் ‘புலமைச் செல்வியர், டாக்டர் தாயம்மாள் அறவாணனின் ‘மகடூஉ முன்னிலை” ஆகிய நூல்கள் பெரிதும் பயன்பட்டுள்ளன. அவர்களுக்கு நன்றி.

சங்கப் பெண் கவிஞர்களின் கவிதைகள் புத்தகத்தை, 2005 ஆம் ஆண்டு முதன் முதலாக மருதா பதிப்பகம் பிரசுரித்தது. அந்தப் புத்தகம், 2010 இல் பாவை பதிப்பகத்தினராலும் 2014இல் செல்லப்பா பதிப்பகத்தினராலும் மறு பதிப்புக்களாக வெளியிடப்பட்டது. தற்சமயம் டிஸ்கவரி பதிப்பகம் மூலம் சங்கப் பெண் கவிஞர்களின் கவிதைகள் நூல் வெளியாகிறது.

சங்கப் பெண் கவிஞர்களின் பாடல்களுடன் காரைக்கால் அம்மையார், ஆண்டாள் எழுதிய பாடல்களையும் சேர்த்து, ‘அற்றைத் திங்கள் அவ்வெண்ணிலவில்’ என்ற எனது தொகுப்பு நூலை *2008* இல் காலச்சுவடு பதிப்பகம் பிரசுரித்தது. பின்னர் அந்த நூல், *2014* ஆம் ஆண்டில் நியூ செஞ்சுரி புக் ஹவுஸ் பதிப்பகத்தினரால் வெளியிடப்பட்டுள்ளது.

அழகிய வடிவமைப்பில் ‘சங்கப் பெண் கவிஞர்களின் கவிதைகள்’ புத்தகத்தை டிஸ்கவரி பதிப்பகம் மூலம் வெளியிடும் நண்பர் மு.வேடியப்பன் அன்பிற்குரியவர்.

என் எழுத்து முயற்சிக்குப் பின்புலமாக விளங்கும் அன்புத் துணைவி உஷாவிற்கு என்றும் தீராத ப்ரியமும் நட்பும்.

ந.முருகேசபாண்டியன்
மதுரை
9443861238

பொருளடக்கம்

1. அஞ்சியத்தை மகள் நாகையார் 17
2. அஞ்சில் அஞ்சியார் 19
3. அள்ளூர் நன்முல்லையார் 20
4. ஆதிமந்தியார் 26
5. ஊண்பித்தை 27
6. ஓக்கூர் மாசாத்தியார் 28
7. ஔவையார் 33
8. கச்சிப்பேட்டு நன்னாகையார் 75
9. கழார்க்கீரன் எயிற்றியார் 78
10. காக்கைப் பாடினியார் நச்செள்ளையார் 85
11. காமக்காணிப் பசலையார் 102
12. காவற்பெண்டு 103
13. குமுழிஞாழலார் நப்பசலையார் 104
14. குறமகள் இளவெயினி 106
15. குறமகள் குறியெயினி 107
16. குன்றியனார் 108
17. தாயங்கண்ணியார் 109
18. நக்கண்ணையார் 110
19. நல்வெள்ளியார் 114
20. நன்னாகையார் 119
21. நெடும்பல்லியத்தை 120

22.	பாரி மகளிர்	121
23.	பூங்கண் உத்திரையார்	122
24.	பூதப்பாண்டியன் தேவியார்	124
25.	பெருங்கோழிநாய்கன் மகள் நக்கண்ணையார்	125
26.	பேய்மகள் இளவெயினி	127
27.	பொதும்பில் புல்லாளங்கண்ணியார்	128
28.	பொன்மணியார்	129
29.	பொன்முடியார்	130
30.	போந்தைப் பசலையார்	132
31.	மதுரை மேலைக்கடையத்தார் நல்வெள்ளையார்	134
32.	மாரிப்பித்தியார்	136
33.	மாறோக்கத்து நப்பசலையார்	137
34.	முள்ளியூர்ப் பூதியார்	146
35.	வருமுலையாரித்தி	148
36.	வெண்ணிக் குயத்தியார்	149
37.	வெண்பூதியார்	150
38.	வெண்மணிப் பூதியார்	152
39.	வெள்ளிவீதியார்	153
40.	வெள்ளைமாளர்	162
41.	வெறி பாடிய காமக்கணியார்	163
	பெண் கவிஞர்கள் பற்றிய குறிப்புகள்	169

அஞ்சியத்தை மகள் நாகையார்

முடவு முதிர் பலவின் குடம்மருள் பெரும்பழம்
பல்கிளைத் தலைவன் கல்லாக் கடுவன்,
பாடு இமிழ் அருவிப் பாறை மருங்கின்,
ஆடுமயில் முன்னது ஆகக் கோடியர்
விழவுகொள் மூதூர் விறலி பின்றை
முழவன் போல அகப்படத் தழீஇ,
இன்துணைப் பயிரும் குன்ற நாடன்
குடி நன்கு உடையன்; கூடுநர்ப் பிரியலன்;
கெடுநா மொழியலன்; அன்பினன் என, நீ
வல்ல கூறி, வாய்வதின் புணர்த்தோய்;
நல்லை காண், இனி காதல் அம் தோழீஇ;
கடும்பரிப் புரவி நெடுந்தேர் அஞ்சி,
நல் இசை நிறுத்த நயம்வரு பனுவல்,
தொல்இசை நிறீஇய உரைசால் பாண்மகள்
எண்ணு முறை நிறுத்த பண்ணி னுள்ளும்,
புதுவது புனைந்த திறத்தினும்,
வதுவை நாளினும், இனியனால் எமக்கே.

அன்பிற்கினிய தோழி! ஆராய்ந்து பார்க்குமிடத்து நீ மிகவும் நல்லவள்! வளைந்து நிற்கும் பலா மரத்தின் குடத்தைப் போன்ற பெரிய பழத்தைத் தம் சுற்றத்துக்குத் தலைவனான ஆண் குரங்கு, அருவி ஒலி கேட்கும் பாறையின் அருகில் ஆடுகின்ற மயிலின் பின்னே நின்று, திருவிழாவைக் கொண்டாடும் பழமையான ஊரில் விறலியின் பின் நிற்கும் மத்தளக் கருவியை வாசிப்பவன் போல் தன்னகத்தே தழுவிக்கொண்டு, இனிய துணையான பெண் குரங்கை அழைக்கும். இத்தகைய மலைநாட்டையுடையவன் நம் தலைவன், உயர்ந்த குடிப்பிறப்பு வாய்ந்தவன்; பழகியவரையும் உறவினரையும் பிரியாதவன்; நாவில் கெடு மொழிகளைச் சொல்லாதவன்; அன்புடையவன் என்று நீ அவனுடைய சிறப்புகளைச் சொல்லி என்னைச் சேர்த்து வைத்தாய். மிக்க வேகத்தையுடைய குதிரைகள் பூட்டிய பெரிய தேரையுடைய

அதியமான் அஞ்சியின், பழம் புகழை நிலைநிறுத்தும் பாணன் ஒருவன், நல்ல இசையை வரையறை செய்யும் இலக்கண நூலின் எண்ணின் முறைப்படி இயற்றிய பண்ணைக் காட்டிலும், அவன் புதிதாக இயற்றிய இசைத் திறத்தைக் காட்டிலும், திருமணம் செய்துகொண்ட நாளைக் காட்டிலும் தலைவன் எமக்கு இனிய பண்புடையவனாய் விளங்குகிறான்.

அகநானூறு 352; குறிஞ்சி

அஞ்சில் அஞ்சியார்

ஆடு, இயல் விழவின் அழுங்கல் மூதூர்
உடையோர் பான்மையின் பெருங்கை தூவா,
வறன்இல் புலைத்தி எல்லித் தோய்த்த
புகாப்புகர் கொண்ட புன்பூங் கலிங்கமொடு
வாடா மாலை துயல்வர, ஓடி,
பெருங்கயிறு நாலும் இரும்பனம் பிணையல்
பூங்கண் ஆயம்ஊக்க, ஊங்காள்,
அழுதனள் பெயரும் அஞ்சில்ஓதி,
நல்கூர் பெண்டின், சில்வளைக் குறுமகள்
ஊசல் உறுதொழில் பூசல் கூட்டா
நயன்இல் மாக்களொடு குழீஇ,
பயன் இன்று அம்ம, இவ் வேந்துடை அவையே!

கூத்தாட்டம் நடந்தபடியிருக்கும் பழமையான அந்த ஊரில், செல்வர் பலராதலால், வறுமையோ, அயர்ச்சியோ வாழ்வில் காணாத துணி வெளுக்கும் புலைத்தி தானுண்ட இரவு உணவில் எஞ்சிய கஞ்சியிட்டு உலர்த்தித் தந்த பூ வேலைப்பாடமைந்த ஆடையையும் பொன் மாலையையும் அணிந்தவளாய் அவள் அசைந்து நடந்து வந்தாள். கருமையான பனை நாரினால் திரித்த பெரிய கயிற்றால் கட்டப்பட்டிருந்த ஊசலருகே அவள் சென்று நின்றாள். பூப்போன்ற கண்களைக் கொண்ட தோழியர் கூட்டம், ஊசலை ஆட்டிடவும் தான் ஆடாதவளாய்ப் பூங்குழலியான அவள் விசும்பிச் சென்றாள். தகுதியில்லாதவர் என்னைச் சூழவுள்ளனரேயன்றி, காதல்கொண்ட என் தலைமகன் வந்து, ஊசலை அசைத்து மகிழும் நிலை எனக்கு வாய்க்கவில்லையே என்று.*

நற்றிணை 90; மருதம்

* *ஊசல் - ஊஞ்சல்*

அள்ளூர் நன்முல்லையார்

காலையும், பகலும், கையறு மாலையும்,
ஊர்துஞ்சு யாமமும், விடியலும், என்று இப்
பொழுது இடை தெரியின், பொய்யே காமம்;
மாஎன மடலொடு மறுகில் தோன்றித்
தெற்றெனத் தூற்றலும் பழியே;
வாழ்தலும் பழியே பிரிவு தலைவரினே.

காலை, நண்பகல், கலக்கம் தரும் மாலை, ஊரினர் உறங்கும் நள்ளிரவு, விடியற்காலம் என்றெல்லாம் காலப்பொழுதுகளைக் கருத்தில்கொண்டால், காமம் என்பது பொய்யாகி விடும். இவ்வின்பம் கிட்டாமல் பிரிவு நேருமாயின், அவளையே நினைந்து நான் பனைமடலால் செய்த குதிரையின்மீது ஏறி, தெருவில் நின்றாலும், அவளுக்குத்தான் பழி; அப்படியே நான் அவலத்தில் உயிர் வாழ்தலும் எனக்குப் பழியைத்தான் தரும்.

குறுந்தொகை 32; குறிஞ்சி

உள்ளார் கொல்லோ தோழி கிள்ளை
வளைவாய்க் கொண்ட வேப்ப ஒண்பழம்
புது நாண் நுழைப்பான் நுதிமாண் வள்உகிர்ப்
பொலங்கல ஒருகாசு ஏய்க்கும்
நிலம்கரி கள்ளி யங்காடு இறந்தோரே.

தோழியே! கிளி தனது வளைந்த அலகில்கொண்ட ஒள்ளிய வேப்பம் பழமானது அணிகலனில் புதிய நூல் கோப்பவரின் கைந்நகத்தில் பிடித்திருக்கும் பொற்காசு போன்றிருக்கும். வறண்டு நிலம் கரிந்த கள்ளிக்காட்டைக் கடந்துசென்ற காதலர், என்னையும் இந்நேரம் நினையாரோ?

குறுந்தொகை 67; பாலை

பூழக்கால் அன்ன செங்கால் உழுந்தின்
ஊழ்ப்படு முதுகாய் உழையினம் கவரும்
அரும்பனி அற்சிரம் தீர்க்கும்
மருந்து பிறிது இல்லை அவர்மணந்த மார்பே.

குறும்பூழ்ப் பறவையின் கால் போன்ற செம்மையான தாள்கொண்ட உழுந்தின் முற்றிய காய்களை, மான்கள் தின்னும் பொருட்டுக் கவர்ந்துசெல்லும் அரிய பனிபடரும் முன்பனிக் காலத்தால் உண்டாகும் துன்பத்தைப் போக்கும் மருந்து, நான் மணந்த அவர் மார்பேயன்றி வேறு எதுவும் இல்லை.

குறுந்தொகை *68;* குறிஞ்சி

நல் நலம் தொலைய, நலம்மிகச் சாஅய்,
இன்உயிர் கழியினும் உரையல் அவர்நமக்கு
அன்னையும் அத்தனும் அல்லரோ தோழி
புலவி அஃது எவனோ, அன்பிலங் கடையே?

தோழியே! நலம் குலையவும் மேனியழகு வாடிடவும், சிறந்த இன்னுயிரே பிரிந்தாலும் அவர்மீது அன்பு கொள்க எனும் பரிவுரை மட்டும் இனி என்னிடம் கூறாதே! அவரோ நமக்குத் தாய் தந்தையர் அல்லரோ? அன்பில்லையெனில், ஊடல் கொள்வதில் என்ன பொருள்?

குறுந்தொகை *93;* மருதம்

அருவி வேங்கைப் பெருமலை நாடற்கு
யான் எவன் செய்கோ ? என்றி யான் அது
நகை என உணரேன் ஆயின்,
என்ஆ குவைகொல் நன்னுதல் நீயே

அழகிய நெற்றியை உடைய தோழியே! அருவியின் அருகில் வளர்ந்த வேங்கை மரங்களையுடைய மலைநாட்டுத் தலைவனுக்கு நான் என்ன சொல்லி அவர் மனத்தை மாற்ற முடியும் என்று நீ சொல்கிறாய். நீ கூறியதனை நான் விளையாட்டுப் பேச்சாக நினைக்காவிடில் உன் நிலைதான் பழிக்கத் தக்கதாகும். அவர் அப்படியில்லை .

குறுந்தொகை *96;* குறிஞ்சி

வேதின் வெரிநின் ஓதிமுது போத்து,
ஆறுசெல் மாக்கள் புள்கொளப் பொருந்தும்
சுரனே சென்றனர், காதலர் உரன் அழிந்து,
ஈங்குயான் அழுங்கிய எவ்வம்
யாங்கு அறிந்தன்று இவ்அழுங்கல் ஊரே?

கருக்கரிவாள் போன்ற முதுகையுடைய முதிய ஆண் ஓந்தியானது வழிப்போக்கர் நிமித்தமாகக் கொள்ளும்படி தங்குகின்ற வறண்ட பாலை வழியில் என் காதலர் சென்றார். அவரை எண்ணி, என் ஆற்றலை இழந்தவளாக இங்கிருந்து பெரிதும் வருத்தும் துன்பத்தைத் தாங்கியவளானேன். இரக்கமுடைய இவ்வூரார் அத்தன்மையை எப்படி அறிந்தனரோ?

குறுந்தொகை *140*; பாலை

குக்கூ' என்றது கோழி; அதன்எதிர்
துட்கென் றன்று என்தூஉ நெஞ்சம்
தோள்தோய் காதலர்ப் பிரிக்கும்
வாள்போல் வைகறை வந்தன்றால் எனவே.

குக்கூ வெனக் கோழி கூவியது. அதன் விளைவாக எனது தோளைத் தோயும் காதலரைப் பிரிக்கும் கூர்வாள் போல வைகறை*யும் வந்ததென எண்ணி, எனது தூய நெஞ்சம் அஞ்சியது.

குறுந்தொகை *157*; மருதம்

நோம்என் நெஞ்சே நோம், என் நெஞ்சே!
புன்புலத்து அமன்ற சிறியிலை நெருஞ்சிக்
கட்கு இன் புதுமலர் முட்பயந்தா அங்கு,
இனிய செய்தநம் காதலர்
இன்னா செய்தல் நோம், என் நெஞ்சே!

அன்புத் தோழியே! எனது நெஞ்சம் வருந்துகிறது. முல்லை நிலத்தில் நெருங்கி முளைத்த சிற்றிலைகளை உடைய நெருஞ்சியின் மலரானது இனிய தோற்றம் உடையதாயினும், நெருங்குவார்க்குத் துன்பம் தரும் முட்களையும் கொண்டிருக்கும். அதுபோலவே முன்னர் இனியவற்றைச் செய்த காதலர், இப்பொழுது துன்பம் செய்தார். அதனை எண்ணி எனது நெஞ்சம் மேலும் வருத்தமடைகிறது.

குறுந்தொகை *202*; மருதம்

---

* வைகறை - விடியற்காலை

அஞ்சுவது அறியாது, அமர்துணை தழீஇ,
நெஞ்சுநப் பிரிந்தன்று ஆயினும், எஞ்சிய
கைபிணி நெகிழின் அஃது எவனோ? நன்றும்
சேய அம்ம, இருவாம் இடையே;
மாக்கடல் திரையின் முழங்கி, வலன்ஏர்பு,
கோட்புலி வழங்கும் சோலை
எனைத்துஎன்று எண்ணுகோ முயக்கிடை மலைவே?

வழித்துன்பத்திற்கு அஞ்சாததாய், விரும்பிய துணையைத் தழுவும்பொருட்டு நமது நெஞ்சமும் நம்மைவிட்டுப் போய்விட்டது. அதற்குப் பின்னரும் எஞ்சிய கையால் தழுவநேர்ந்தால், என்ன பயனோ? இருவருக்குமிடையில் உள்ள இடைவெளி அதிகம். தலைவியுடன் கூடுவதற்கு இடையிலே உள்ள தடையாகிய கடலின் அலைபோல் ஆர்ப்பரித்து, வலப்பக்கம் பாய்ந்து கொல்லும் புலிகள் நடமாடும் காடுகள் எத்தனை என எண்ணுவேன்?

குறுந்தொகை 237; பாலை

சேற்றுநிலை முனைஇய செங்கட் காரான்
ஊர்மடி கங்குலில், நோன்தளை பரிந்து,
கூர்முள் வேலி கோட்டின் நீக்கி,
நீர்முதிர் பழனத்து மீன்உடல் இரிய,
அம்தூம்பு வள்ளை மயக்கி, தாமரை
வண்டு ஊது பனிமலர் ஆரும் ஊர!
யாரை யோ? நிற் புலக்கேம். வாருற்று,
உறைஇறந்து, ஒளிரும் தாழ்இருங் கூந்தல்,
பிறரும், ஒருத்தியை நம்மனைத் தந்து,
வதுவை அயர்ந்தனை என்ப, அஃது யாம்
கூறேம். வாழியர், எந்தை ! செறுநர்
களிறுடை அருஞ்சமம் ததைய நூறும்
ஒளிறு வாட் தானைக் கொற்றச் செழியன்
பிண்டட நெல்லின் அள்ளூர் அன்னஎன்
ஒண்தொழ நெகிழினும் நெகிழ்க;
சென்றீ, பெரும! நிற் தகைக்குநர் யாரோ?

தொழுவத்திலிருக்கும் சேற்றுத்தரையில் நிற்பதைப் பொறுக்காத சிவந்த கண்களை உடைய எருமை, ஊரார் உறங்கும் நள்ளிரவில் வலிய கயிற்றை அறுத்துக்கொண்டு புறப்பட்டுப் போய்க் கூர்மையான முள்ளையுடைய வேலியைத் தன் கொம்பால் அகற்றிவிட்டு நீர் மிகுந்த வயலில் மீன்கள் எல்லாம் அஞ்சி ஓடுமாறு இறங்கி, அங்குள்ள வள்ளைக் கொடிகளை நிலைகுலையச் செய்து, வண்டுகள் உள்ளிருந்து ஊதும் தாமரையின் குளிர்ந்த மலரைத் தின்னும் வளமான ஊரைச் சார்ந்தவனே! உன்னுடன் நான் ஊடல்கொள்வதற்கு நீ எனக்கு என்ன உறவு? அயலவனான உன்னோடு நான் ஊட மாட்டேன். தலைவனே! நாங்கள் வாளாவிருக்கவும் இவ்வூரில் உள்ள அயலவர்கள் நான் விரும்பாத செய்தியைக் கூறுவர். நீண்டு மழைக்காலின் அழகையும் கடந்து திகழும் கரிய கூந்தலையுடைய ஒருத்தியை நீ மணம் செய்துகொண்டாய் என்பர். அத்தகைய பழியை நான் கூறமாட்டேன். நீ அவளுடன் வாழ்க! என்று வாழ்த்தவும் செய்கிறேன். பெரும் பகைவரின் யானைகளைக்கொண்ட அரிய போரினைச் சிதைந்திடக் கொல்லும் ஒளிரும் வாட்படையை உடைய வெற்றி பொருந்திய செழியனின் நெற்குவியலையுடைய அள்ளூர் போன்ற எனது ஒள்ளிய வளையல் நெகிழ்ந்து வீழினும் வீழ்க. நீ அவளிடம் செல்க! உன்னைத் தடுப்பவர் யார் உள்ளார்?

அகநானூறு 46; மருதம்

களிறுபொரக் கலங்கு, கழன்முள் வேலி,
அரிது உண் கூவல், அம்குடிச் சீறூர்
ஒலிமென் கூந்தல் ஔநுதல் அரிவை
நடுகல் கைதொழுது பரவும், ஓடியாது;
விருந்து எதிர் பெறுகதில் யானே; என்னையும்
ஓ..... ... ... வேந்தனொடு
நாடுதரு விழுப்பகை எய்துக எனவே.

திணை : வாகை; துறை : மூதின் முல்லை.

ஆண் யானைகள் கலக்கியதால் சேறானதான குடிநீர் அரிதாகிய நீர்நிலையையும் முள்வேலி சூழ்ந்த அழகிய குடிகளையும் உடைய சிற்றூரில் வாழும் மெல்லிய கூந்தலையும், ஒளி வீசும் நெற்றியையும் உடைய மறக்குல மங்கை, 'ஓயாமல் விருந்தினர் எம் இல்லம் நோக்கி வருக' என்றும் போர்க்களம் சென்ற தன் தலைவன் நாட்டை எதிர்நோக்கியுள்ள பெரும்பகையை

வெல்கவென்றும் மண்ணாசையால் போர் செய்யும் பகை வேந்தர் உருவாக வேண்டுமென்றும் நாளும் நடுகல்*லைக் கைகூப்பித் தொழுது வழிபடுகிறாள்.

புறநானூறு; *306*

அணித்தழை நுடங்க ஓடி , மணிப்பொறிக்
குரல் அம் குன்றி கொள்ளும் இளையோள்,
மா மகள் ... ...
யார் மகள் கொல்லென வினவுதி, கேள், நீ;
எடுப்பவெடாஅ...
நடுகல் - இறந்தோர் நினைவாக நடப்படும் கல்
... மைந்தர் தந்தை
இரும்பனை அன்ன பெருங்கை யானை
கரந்தைஅம் செறுவின் பெயர்க்கும்
பெருந்தகை மன்னர்க்கு வரைந்திருந் தனனே.

திணை : காஞ்சி; துறை :மகட்பாற்காஞ்சி

அணியாகிய தழையாடை அசைய ஓடிச்சென்று செம்மையும் கருமையும் விளங்கும் குன்றிமணிகளைக் கொணரும் இளையவளான இவள் பெரிய குடியைச் சேர்ந்தவள் போலும். இவள் யாராயிருப்பவள் என வினவுவையாயின், கேள் நீ! இவள் தமையன்மார்முன் எவரும் எதிரிலர்; இவள் தந்தையோ, பெரிய பனை போன்ற துதிக்கை உடைய யானைப் படையைத் தனியே கரந்தை வயலில் வென்ற பெருந்தகையாகிய மன்னருக்கு இவளை மணம் பேசியும் உள்ளான்.

புறநானூறு; *340*

---

*   நடுகல் - இறந்தோர் நினைவாக நடப்படும் கல்

ஆதிமந்தியார்

மள்ளர் குழீஇய விழவி னானும்
மகளிர் தழீஇய துணங்கை யானும்,
யாண்டும் காணேன், மாண்தக் கோனை
யானும்ஓர் ஆடுகள மகளே; என்கைக்
கோடு ஈர்இலங்கு வளைநெ கிழ்த்த
பீடுகெழு குரிசினும், ஓர் ஆடுகள மகனே.

சிறப்பிற்குரிய என் தலைவனை வீரர் கூடியுள்ள விழாவிடத்தும், மகளிர் தம்முள் தழுவியாடுகின்ற துணங்கைக் கூத்திடத்தும், இவையன்றிப் பிறவிடங்களிலும் தேடிக் காணவில்லை. அவனைத் துணங்கை நடக்கும் இடமெல்லாம் சென்று தேடுவதனால், யானும் ஓர் ஆடுகள மகளாகவே தோன்றுகிறேன். எனது கையிலுள்ள சங்கு வளைகளை நெகிழவைத்து, என்னையும் மெலிய வைத்த என் தலைவனும் ஓர் ஆடுகள மகனாக மாறி விட்டான்.

குறுந்தொகை 31; மருதம்

ஔண்பித்தையார்

உள்ளார் கொல்லோ? தோழி! உள்ளியும்,
வாய்ப்புணர்வு இன்மையின் வாரார் கொல்லோ?
மரற்புகா அருந்திய மாஎருத்து இரலை,
உரற்கால் யானை ஒடித்துஉண்டு எஞ்சிய
யாஅ வரிநிழல், துஞ்சும்
மாஇருஞ் சோலை மலைஇறந் தோரே.

அன்புத் தோழியே! மரலினை உணவாக உண்ட பெரிய பிடரியையுடைய ஆண்மான், உரல் போன்ற கால்களை உடைய யானையானது ஒடித்து உண்ட பிறகு மீதமிருக்கும் யா மரத்தின் புள்ளிகளை உடைய நிழலில் படுத்து உறங்கும். இத்தகைய மிகப்பெரிய சோலைகள் மிகுந்த மலைகளைக் கடந்து நம்மைப் பிரிந்து சென்றவர் நம்மை நினைத்தாரோ அல்லது செயல் முடித்துத் திரும்ப வாய்ப்பு இல்லாமையினால் வராதிருந்துவிட்டாரோ!

குறுந்தொகை 232; பாலை

ஒக்கூர் மாசாத்தியார்

'இளமை பாரார் வளம்நசைஇச் சென்றோர்
இவணும் வாரார்; எவண ரோ?' என,
பெயல் புறந்தந்த பூங்கொடி முல்லைத்
தொகுமுகை இலங்கு எயிறுஆக
நகுமே தோழி நறுந்தண் காரே.

அன்புத் தோழியே! இன்பமான இளமையின் அருமையினை எண்ணாதவராகப் பொருள் தேடப் பிரிந்துசென்ற காதலர் இவ்விடத்திற்கு இன்னும் திரும்ப வரவில்லை; வேறு எவ்விடத்தில் உள்ளாரோ என நான் எண்ணியிருக்க, குளிர்ந்த கார்காலமானது மழை பெய்வித்தலால், முல்லைப் பூங்கொடியில் ஒளி சிந்தும் தொகுப்பு அரும்புகளே அக்கொடியின் பற்களாக என்னைக் கண்டு நகைக்கின்றனவே! என் செய்வேன்?

குறுந்தொகை 126; முல்லை

மனை உறை கோழிக் குறுங்காற் பேடை,
வேலி வெருகினம் மாலை உற்றெனப்
புகும் இடம் அறியாது தொகுபு உடன் குழீஇய
பைதற் பிள்ளைக் கிளைபயிர்ந் தாஅங்கு
இன்னாது இசைக்கும் அம்பலொடு
வாரல், வாழியர்! ஐய எம் தெருவே.

தலைவனே! வேலியருகில் உள்ள காட்டுப் பூனைக் கூட்டம் மாலைக் காலத்தில் வந்ததாக எண்ணிப் பாதுகாப்புக்குப் புகுமிடத்தை அறியாமல், மயக்கமும் துன்பமும் உடைய குஞ்சுக் கூட்டத்தினை, வீட்டில் வாழ்கின்ற குறுங்கால்களை உடைய பெட்டைக் கோழி கூவி அழைத்தது போல உன்னுடைய பரத்தையரும் துயரம் தருகின்ற பழிச்சொற்களுடன் எம்முடைய வீதியில் இனிமேல் வாராமல் இருப்பாராக!

குறுந்தொகை 139; மருதம்

ஆர்கலி ஏற்றொரு கார்தலை மணந்த
கொல்லைப் புனத்த முல்லை மென்கொடி
எயிறுஎன முகையும் நாடற்குத்
துயில் துறந் தனவால் தோழி! எம் கண்ணே.

அன்புத் தோழியே! இடி முழக்கத்துடன் கார்காலமும் தோன்றியது; முல்லை நிலத்தின் கொல்லைப் புறங்களில் மழையும் பெய்தது; மெல்லிய முல்லைக் கொடிகள் பற்களைப் போல மொட்டுகள் அரும்புகிற நாட்டை உடைய தலைவனுக்காக என்னுடைய கண்கள் உறக்கத்தைத் துறந்தன.

குறுந்தொகை 186; முல்லை

பழமழைக் கலித்த புதுப்புன வரகின்
இரலை மேய்ந்த குறைத்தலைப் பாவை
இருவி சேர் மருங்கில் பூத்த முல்லை,
வெருகு சிரித்தன்ன, பசுவீ மென்பிணிக்
குறுமுகை அவிழ்ந்த நறுமலர்ப் புறவின்
வண்டுசூழ் மாலையும், வாரார்;
கண்டிசின் தோழி பொருட் பிரிந் தோரே.

அன்புத் தோழியே! பழைய மழையினால் செழித்த புனத்திலுள்ள புதிய வரகுப் பயிர்க் கதிர்களை ஆண்மான் மேய்ந்தமையால், குறுகிய நுனியை உடைய கதிரில்லாத வரகு* தாளின் அருகில் முல்லையும் பூத்துள்ளது. காட்டுப் பூனை சிரிப்பது போன்ற தோற்றமுடைய பசும்பூவின் மென்மை வாய்ந்த குறுகிய முல்லை அரும்புகளும் பூத்துள்ளன. அத்தன்மையுடைய மணமுள்ள மலர்களோடு விளங்கும் முல்லை நிலத்தில், வண்டுகள் வட்டமிடும் மாலைப்பொழுதிலும் அவர் வரவில்லை. பொருள் தேடுதல் காரணமாகப் பிரிந்து சென்றவர், கூடி மகிழ வாராமையினை நீயும் காண்பாயாக!

குறுந்தொகை 220, முல்லை

முல்லை ஊர்ந்த கல் உயர்பு ஏறிக்
கண்டனம் வருகம்; சென்மோ தோழி1
எல்ஊர்ச் சேர்தரும் ஏறுடை இனத்துப்
புல்ஆர் நல்ஆண் பூண்மணி கொல்லோ:
செய்வினை முடித்த செம்மல் உள்ளமொடு
வல்வில் இளையர் பக்கம் போற்ற,
ஈர்மணற் காட்டாறு வரூஉம்
தேர்மணி கொல்? ஆண்டு இயம்பிய உளவே.

---

*வரகு - தானியம்

அன்புத்தோழியே! காளைகளும் பசுக்களும் மாலைப்பொழுதில் ஊர் வந்து சேரும். அப்போது கேட்பது, புல் மேய்ந்த நல்ல பசுக்களின் கழுத்திலே பூண்டிருக்கக்கூடிய மணியின் ஓசைதானோ? செயல் முடித்த மனநிறைவோடு வலிய வில்லாற்றலுடைய இளையவீரர் தம் இரு பக்கக் காவலோடு வந்துகொண்டிருக்க ஈரமான மணலுடைய காட்டுவழியில் வரும் தலைவனுடைய தேர்மணியின் ஓசைதானோ? முல்லைக்கொடி படர்ந்துள்ள பாறையின் மேலே ஏறி நின்று, அங்கே ஒலிப்பது யாதென நாமும் சென்று கண்டு வருவோம் வருக!

குறுந்தொகை *275;* முல்லை

விருந்தும் பெறுகுநள் போனும், திருந்து இழைத்
தடமென பணைத்தோள், மட மொழி அரிவை
தளிர்இயல் கிள்ளை இனிதின் எடுத்த
வளராப் பிள்ளைத் தூவி அன்ன,
உளர்பெயல் வளர்த்த பைம்பயிர்ப் புறவில்
பறைக்கண் அன்ன நிறைச்சுனை தோறும்
துளிபடு மொக்குள் துள்ளுவன் சால,
தொளிபொரு பொகுட்டுத் தோன்றுவன மாய,
வளிசினை உதிர்த்தலின், வெறிகொள்பு, தா அய்,
சிரற்சிறகு ஏய்ப்ப அறற்கண் வரித்த
வண்டுண் நறு வீ துமித்த நேமி
தண்நில மருங்கில் போழ்ந்த வழியுள்,
நிரைசெல் பாம்பின் விரைபு, நீர் முடுக.
செல்லும் நெடுந்தகை தேரே
முல்லை மாலை நகர்புகள் ஆய்ந்தே!

தளிர் போன்ற மென்மையுடைய கிளி இனிதாய் வளர்த்த இளைய குஞ்சின் தூவியைப் போன்ற பெய்யும் மழை வளர்த்த பசுமையான பயிரையுடையது காடு. அக்காட்டில் பறையின் கண்ணைப் போன்று விளங்கும் நீரால் நிறைந்த சுனைகள் தோறும், மழை பெய்வதால் உண்டான குமிழிகள் சேற்றில் தாமரை மொட்டுகள் போலத் தோன்றி மறையும். கிளை யினின்றும் காற்று உதிர்த்தலால் மணத்துடன் நீரின் மேல்

கிடந்து அழகு செய்த வண்டுகள் தேனுண்ணும் அழகிய மலர்களை அறுத்துச் சென்ற தேரின் சக்கரம், குளிர்ந்த நிலத்தில் பிளந்து போன சுவட்டில், ஒன்றன் பின் ஒன்றாய் வரிசையாய்ப் போகும் பாம்பைப் போல் நீர் விரைந்து செல்லும். முல்லைப் பூக்கள் மலரும் மாலைநேரத்தில் நகரில் புகுவதை எண்ணிய தலைவனின் தேர் செல்லும். அழகிய அணிகலன்களையும் மேன்மையுடைய மூங்கில் போன்ற தோளையும் மடப்பம் வாய்ந்த சொல்லையும் உடைய தலைவி இன்று விருந்து பேணும் பேற்றையும் பெறுவாள் போலும்!

அகநானூறு 324; முல்லை

'இருந்த வேந்தன் அருந்தொழில் முடித்தென,
புரிந்த காதலொடு பெருந்தேர் யானும்
ஏறியது அறிந்தன்று அல்லது, வந்த
ஆறுநனி அறிந்தன்றோ இலெனே; தா அய்,
முயற்பறழ் உகளும் முல்லைஅம் புறவில்,
கவைக்கதிர் வரகின் சீறூர் ஆங்கண்,
மெல்இயல் அரிவை இல்வயின் நிறீஇ,
இழிமின்" என்ற நின் மொழி மருண் டிசினே
வான்வழங்கு இயற்கை வளிபூட் டினையோ?
மான்உரு ஆக நின்மனம் பூட் மனையோ?
உரைமதி வாழியோ வலவ!' என, தன்
வரைமருள் மார்பின் அளிப்பனன் முயங்கி,
மனைக் கொண்டு புக்கனன், நெடுந்தகை;
விருந்துஏர் பெற்றனள், திருந்திழை யோளே.

தேர்ப்பாகனே! பாசறையில் இருந்த மன்னன் அரிய போரை வெற்றியுடன் முடித்தான். விரும்பிய காதலுடன் பெரிய தேரில் ஏற அமர்ந்ததே அல்லாமல் வந்த இயல்பை நன்கு அறியேன். முயற்குட்டிகள் தாவிக் குதிக்கும் முல்லையான அழகிய காட்டில் கவைத்த கதிர்களையுடைய வரகுப் பயிர் மிகுந்த சிறிய ஊரில், மென்மைத் தன்மையுடைய தலைவியின் வீட்டில் தேரை நிறுத்தி இறங்குக என்ற சொல்லைக் கேட்டு நான் பெரிதும் வியப்பை அடைந்தேன். வானில் உலவும் காற்றைக் குதிரையின்

வடிவாய்ப் பூட்டி வந்தாயோ! அல்லது உன் மனத்தைக் குதிரை உருவமாகச் செய்து பூட்டி வந்தாயோ! சொல்வாயாக எனக் கூறிப் பெருந்தன்மையுடைய தலைவன் தன் மலை போன்ற மார்பில் அத்தேர்ப்பாகனைச் செறியத் தழுவியபடி தனது இல்லத்தினுள் அழைத்துக்கொண்டு போனான். செம்மையான அணிகளையுடைய அவனுடைய தலைவி விருந்தோம்பும் சிறப்பைப் பெற்றாள்.

அகநானூறு 384; முல்லை.

கெடுக சிந்தை கடிது இவள் துணிவே;
மூதின் மகளி ராதல் தகுமே;
மேல்நாள் உற்ற செருவிற்கு இவள்தன்னை,
யானை எறிந்து, களத்து ஒழிந்தனனே;
நெருநல் உற்ற செருவிற்கு இவள்கொழுநன்,
பெருநிரை விலங்கி, ஆண்டுப் பட்டனனே;
இன்னும் செருப்பறை கேட்டு, விருப்புற்று, மயங்கி,
வேல்கைக் கொடுத்து, வெளிது விரித்து உடீஇ,
பாறு மயிர்க்குடுமி எண்ணெய் நீவி,
ஒரு மகன் அல்லது இல்லோள்,
'செருமுகம் நோக்கிச் செல்க' என விடுமே!

திணை :வாகை; துறை :மூதின் முல்லை

இவளது உள்ளத்துணிவு கெடுவதாக. அது நினைக்கவே அச்சம் தருகிறது. மறக்குடிப் பெண் இவள் என்பது பொருத்தமானதே. முன்னொரு நாள் நடந்த போரில், இவள் தந்தை யானையை வென்று மாண்டான்; நேற்றைய நாள் நடந்த போரில் இவள் கணவன் பெரிய பசுக் கூட்டத்தைக் காத்த சண்டையில் மாண்டு போயினன்; இன்றைய நாளிலும் போர் முழக்கத்தைக் கேட்டவள் தன் குடிப்பெருமையைக் காக்க எண்ணியவளாய், அறிவு மயங்கி, இவளுக்கென வேறு எவருமின்றித் தன் குடியைக் காக்க விளங்கும் ஒரே மகனின் தலைமுடிக்கு எண்ணெய் தடவி, வெள்ளாடை உடுத்தி வேலையும் கையில் தந்து, "போர் முனை நோக்கிப் புறப்படுக!" என அவனை அனுப்பி வைக்கின்றனளே!

புறநானூறு; 279

ஔவையார்

பெருநகை கேளாய், தோழி! காதலர்
ஒருநாள் கழியினும் உயிர்வேறு படூஉம்
பொம்மல் ஓதி! நம் இவண் ஒழியச்
செல்ய என்ப, தாமே; சென்று,
தம் வினை முற்றி வரூஉம் வரை, நம் மனை
வாழ்தும் என்ப, நாமே, அதன் தலைக்
கேழ்கிளர் உத்தி அரவுத்தலை பனிப்ப,
படுமழை உருமி உரற்று குரல்
நடுநாள் யாமத்தும் தமியம் கேட்டே.

தோழி! காதலர் ஒரு நாள் உன்னைப் பிரிந்தாலும் தாங்காமல் உயிரின் ஊசலாட்டம் பெறுபவளே! பொலிவுடைய கூந்தலையுடையவளே! நம்மை இங்கே கைவிட்டு, தலைவர் தனியாக வேற்று நாட்டுக்குச் செல்வாராம். சொல்கிறார்கள். அவர் அங்கே சென்று தனது பணி முடித்துத் திரும்பி வரும் வரை நாம் மட்டும் நம் இல்லத்தில் தனியாக வாழ்ந்து கொண்டிருப்போமாம். அதற்கு மேலும் சொல்கிறார்கள். புள்ளிகளைக்கொண்ட படத்தையுடைய பாம்பின் தலை நடுங்கும்படி பெருமழை பெய்யும் மேகத்தின் இடிமுழக்கத்தை நடுநாள் யாமத்திலும் நாம் தனியாகக் கேட்டுக்கொண்டு உயிர் வாழ்ந்துகொண்டு இருப்போமாம். இந்தப் பெருநகைப்புக்கு உரிய செய்தியைக் கேட்டாயா!

நற்றிணை 129; குறிஞ்சி

நெய்தல் கூம்ப, நிழல் குணக்கு ஒழுக,
கல்சேர் மண்டிலம் சிவந்துநிலம் தணிய,
பல்பூங் கானலும் அல்கின் றன்றே;
இனமணி ஒலிப்ப, பொழுதுபடப் பூட்டி,
மெய்ம்மலி காமத்து யாம்தொழுது ஒழிய,
தேரும் செல்புறம் மறையும்; ஊரொடு
யாங்கு ஆவதுகொல் தானே தேம்பட

ஊதுவண்டு இமிருங் கோதை மார்பின்,
மின்இவர் கொடும்பூண், கொண்கனொடு
இன்நகை மேவி, நாம் ஆடிய பொழிலே?

நெய்தல் மலர் கூம்பியது. ஞாயிறு மேற்குக் குன்றை அடைந்ததால் நிழல் கிழக்கே சென்றது. சிவந்த நிறம் பெற்ற நிலத்திலுள்ள வெப்பம் தணிந்தது. பலவகை மலர்களையுடைய கடற்கரைச் சோலையும் பொலிவிழந்தது. பொழுதிருக்கும்போதே குதிரைகளைப் பூட்டிப் பலமணிகள் ஒலிக்கத் தேர் செல்வதற்கு முன்பு உடலில் பொங்கிடும் காமத்தை உடைய யாம் அவரை வணங்கி வழியனுப்பினோம். அவருடைய தேர் சென்று புறத்தே மறைந்தது. தேனை உண்டு வண்டுகள் ஒலிக்கும் மலர் மாலையை மார்பில் அணிந்தவர் காதலர்; மின்னல் போல ஒளிவிடும் வளைந்த அணிகலன்களையும் அணிந்தவர். அக்காதலரோடு நாம் இனிமையாக இருந்து விளையாடிய இக்கடற்கரைச் சோலையானது நமக்கு இனி எவ்வாறு அமையுமோ?

நற்றிணை 187; நெய்தல்

முரிந்த சிலம்பின் நெரிந்த வள்ளியின்
புறன் அழிந்து ஒலிவரும் தாழ் இருங் கூந்தல்
ஆயமும் அழுங்கின்று; யாயும் அஃது அறிந்தனள்,
அருங்கடி அயர்ந்தனள், காப்பே; எந்தை,
வேறுபல் நாட்டுக் கால்தர வந்த,
பலவினை நாவாய் தோன்றும் பெருந்துறை,
கலிமடைக் கள்ளின் சாடி அன்ன எம்
இளநலம் இற்கடை ஒழியச்
சேறும; வாழியோ முதிர்கம் யாமே.

தலைவி! கேள். சரிவான மலையில் வெப்பத்தால் கருகிய வள்ளிக்கொடி போல் உடலழகு அழிந்து, தாழ்ந்து தொங்கும் கரிய கூந்தலையுடைய தோழியர் கூட்டமும் வருந்துகிறது. களவொழுக்கத்தை அன்னையும் அறிந்தாள். அறிந்து உன்னை இற்செறித்துக் காப்பு வைத்தாள். பல்வேறு நாடுகளிலிருந்து காற்றால் வந்து சேரும் பல வேலைப்பாடுகள் மிக்க எம் தந்தையாரின் கப்பல்கள் பெரிய துறையில் விளங்கிக் காணும். அத்துறையிலே வைக்கப்பட்டிருக்கும் செருக்கைத்

தரும் மதுச்சாடியைப் போன்ற என் இளமையான அழகு வீட்டுவாயிலிலேயே அழிந்தொழியும். யாம் எம் வீட்டிலிருந்தே முதுமையடைந்து மடிவோம். நீ நெடுங்காலம் வாழ்ந்து இன்புறுக!

நற்றிணை 295; நெய்தல்

காயாங் குன்றத்துக் கொன்றை போல,
மாமலை விடர் அகம் விளங்க மின்னி,
மாயோள் இருந்த தேஎ நோக்கி,
வியல்இரு விசும்பு அகம் புதையப் பாஅய்,
பெயல்தொடங் கினவே பெய்யா வானம;
நிழல்திகழ் சுடர்த்தொடி நெகிழ ஏங்கி,
அழல்தொடங் கினளே ஆயிழை; அதன்எதிர்,
குழல் தொடங் கினரே கோவலர்
தழங்கு குரல் உருமின் கங்கு லானே.

பாகனே! இதுவரை பொழியாமலிருந்த மேகங்கள் காயா மரங்கள் நிறைந்த மலையில் சரக்கொன்றை மலர்ந்ததுபோல், பெரிய மலைக்குகைகள் விளங்கும்படியாக மின்னி, மாமை நிறமுள்ள என் காதலி தங்கியிருந்த இடம் நோக்கிச் சென்று இப்போது மழையைப் பொழியத் தொடங்கிவிட்டன. ஆராய்ந்து தேர்ந்த அணிகலன்களை அணிந்த அவளுடைய ஒளியுடைய வளையல்கள் கழன்று விழ ஏக்கமுற்று அழத் தொடங்கினாள். அந்த இடத்திற்கு எதிரே இரவுவேளையில் கோவலர்களும் தம்முடைய புல்லாங்குழல்களை இடியோசைபோல் ஊதத் தொடங்கிவிட்டனரே!

நற்றிணை 371; முல்லை

'அருந்துயர் உழத்தலின் உண்மை சான்ம் எனப்
பெரும்பிறிது இன்மையின் இலேனும் அல்லேன்;
கரைபொருது இழிதரும் கான்யாற்று இகுகரை
வேர்கிளர் மராஅத்து அம்தளிர் போல
நடுங்கல் ஆனா நெஞ்சமொடு, இடும்பை
யாங்ஙனம் தாங்குவென் மற்றே ஓங்குசெலல்
கடும்பகட்டு யானை நெடுமான் அஞ்சி,

ஈர நெஞ்சமொடு இசைசேண் விளங்க,
தேர்வீசு இருக்கை போல,
மாரி இரீஇ மான்றன்றால் மழையே.

தலைநிமிர்ந்து விரைவாக நடக்கும் கொடிய ஆண் யானைகளை உடைய நெடுமான் அஞ்சி அருள் நெஞ்சத்தோடு, நெடுங்காலம் தன் புகழ் சேய்மையிலும் விளங்கிட இரவலர்களுக்குத் தேர்களைப் பரிசாகக் கொடுக்கின்ற நாளோலக்கம் போல மேகம் விளங்கி, விடாமல் மழை பெய்கிறது. தாங்குவதற்கு அரிய துன்பத்தை நுகர்தலின் அறிகுறியாக நான் இறக்கநேரிட்டால் அவர்மீது அன்புடையேன் என்பது உண்மையாகும். அவ்வாறு இறக்காமையினால் நான் அன்பிலேன் அல்லேனோ? எனினும் கரையை முட்டி, காட்டாற்றின் இடிந்த கரையிலே வேர்கள் யாவும் நீரால் அலசப்பட்டுக் கண்ணுக்கு விளங்கிக் காணப்பட்டுக் காற்றால் அலையும் மாமரத்தின் அழகிய தளிர் போல் நடுங்குதல் நீங்காத நெஞ்சத்தோடு இந்தப் பிரிவுத் துன்பத்தையும் நான் எப்படித் தாங்குவேன்?

நற்றிணை 381; முல்லை

வாளை வாளின் பிறழ, நாளும்
பொய்கை நீர்நாய வைகுதுயில் ஏற்கும்
கைவண் கிள்ளி வெண்ணி சூழ்ந்த
வயல்வெள் ஆம்பல் உருவ நெறித்தழை
ஐதுஅகல் அல்குல் அணிபெறத் தைஇ
விழவிற் செலீஇயர் வேண்டும் மன்னோ;
யாணர் ஊரன் காணுநன் ஆயின்,
வரையா மையோ அரிதே; வரையின்,
வரைபோல் யானை, வாய்மொழி முடியன்
வரைவேய் புரையும் நல்தோள்
அளிய தோழி! தொலையுந பலவே.

*தோழி! பொய்கை*யில் வாளைமீன் வாள் போல் பிறழும். அப்பொய்கையிலுள்ள நீர்நாய் அம்மீனை இரையாகக் கருதாமல் நாளும் இடையறாது உறங்கும். அத்தகைய பொய்கைகள் உள்ள ஊர், கோயில் வெண்ணி. அதன் அரசன் கொடைத்திறன்*

* பொய்கை - இயற்கையான நீர்நிலை

மிக்க கிள்ளிவளவன். அவ்வூரைச் சுற்றியுள்ள வயலில் வெள்ளையான ஆம்பல் மலர் நிரம்பியிருக்கும். அம்மலரின் அழகிய நெளிவையுடைய தழையுடையை மெல்லிதாய் அகன்ற அலகுலில் அழகு பெற அணிந்துகொண்டு நாமும் விழாவுக்குச் செல்ல வேண்டும். அப்போது புது வருவாயுடைய ஊரனாகிய தலைவன் கண்டால் உன் அழகில் ஈடுபட்டு ஏற்றுக்கொள்வான். ஆவ்வாறு ஏற்றுக்கொண்டால் மலை போன்ற யானையுடையவனும் வாய்மொழி தவறாதவனுமான முடியன் என்பவனின் மலையிலுள்ள மூங்கில் போன்ற நல்ல தோள்கள் வாடி அழகு தொலையும். அவை, இரங்கத்தகுந்தன.

நற்றிணை 390, மருதம்

மரந்தலை மணந்த நனந்தலைக் கானத்து,
அலந்தலை ஞெமையத்து இருந்த குடிஞை,
பொன்செய் கொல்லனின் இனிய தெளிர்ப்ப,
பெய்ம்மணி ஆர்க்கும் இழைகிளர் நெடுந்தேர்,
வன்பரல் முரம்பின், நேமி அதிர,
சென்றிசின் வாழியோ, பனிக்கடு நாளே;
இடைச்சுரத்து எழிலி உறைத்தென, மார்பிற்
குறும்பொறிக் கொண்ட சாந்தமொடு
நறுந்தண் ணியன்கொல்; நோகோ யானே?

மரங்கள் அதிகமாயிருக்கும் இடமகன்ற காட்டில் நீரின்றி வாடிய ஞெமை மரத்தில் பேராந்தை இருந்தது. அது, பொற்கொல்லன் தொழில் செய்யும்போது ஏற்படும் ஒலிபோல் இனிய ஒலியை எழுப்பியது. கட்டிய மணி ஒலியோடு அருங்கலன் விளங்கும் நெடுந்தேரின் சக்கரம் வலிய பருக்கைக் கற்களுள்ள மேட்டு நிலத்திலே அதிர்ந்து உருள, பனிபொழியும் கடுமையான நாளில் தலைவன் சென்றான். அவன் வாழ்க. இப்போது இடைச்சுரத்தில் மேகம் மழை பொழிந்தது. எனவே, தலைவன், மார்பில் பூசிய புள்ளிகொண்ட சந்தனத்தைவிடக் குளிர்ச்சியை உடையவனாக வருகின்றான். நான் வருந்துவேனா? மகிழ்வேன்.

நற்றிணை 394; முல்லை.

பறைபட, பணிலம் ஆரப்ப, இறைகொள்பு,
தொல்மூ தாலத்துப் பொதியல் தொன்றிய
நால்ஊர்க் கோசர் நல்மொழி போல,
வாய்ஆ கின்றே தோழி! ஆய்கழல்

சேயிலை வெள்வேல் விடலையொடு
தொகுவளை முன்கை மடந்தை நட்பே.

அன்புத் தோழியே! ஆழகிய வீரக்கழலையும் செம்மையான இலை போன்ற ஒளிவீசும் வேலையும்கொண்ட வாலிபனோடு, தொகுக்கப்பட்ட வளைகளை அணிந்துள்ள முன்கைகளையுடைய நம்முடைய மகள் கொண்ட காதலானது பழைய ஆலயத்தின் கீழ்த்தோன்றிக் கூறிய நான்கு ஊர்களைச் சேர்ந்த கோசருடைய நன்மொழி போல், மணப்பறை முழங்கவும் சங்கொலிக்கவும் மணம் நிகழ்தலால் உண்மை ஆனது.

குறுந்தொகை 15; பாலை

அகவன் மகளே! அகவன் மகளே!
மனவுக் கோப்பு அன்னநல் நெடுங் கூந்தல்
அகவன் மகளே! பாடுக பாட்டே;
இன்னும், பாடுக, பாட்டே அவர்
நல்நெடுங் குன்றம் பாடிய பாட்டே.

தெய்வத்தை அழைத்துப் பாடுகின்ற அகவன் மகளே! சங்கு மணிக்கோவை போன்ற வெண்மையான நல்ல நீண்ட கூந்தலை உடைய அகவன் மகளே! நீ பாடுவாயாக! தலைவருடைய நல்ல நெடிய குன்றைப் பாடிய அந்தப் பாட்டை இன்னும் பாடிக்கொண்டே இருப்பாயாக!

குறுந்தொகை 23; குறிஞ்சி

முட்டுவேன்கொல்? தாக்கு வேன் கொல்?
ஓரேன், யானும் ஓர்பெற்றி மேலிட்டு,
'ஆ அ ஒல்' எனக் வை வேன்கொல்?
அலமரல் அசைவளி அலைப்ப என்
உயவுநோய் அறியாது துஞ்சும் ஊர்க்கே.

சுழன்றபடி அசைந்து வரும் தென்றல் காற்று, என் காதல் நோயின் கொடுமையை அறிந்துகொள்ளாமல் என்னை அலைக்கழிக்கிறது. அதனை அறியாமல் ஊரும் உறங்குகிறது. இவ்வாறு உறங்கும் ஊரார்க்கு எனது நிலைமையை எவ்வாறு கூறுவேன்? முட்டுவேனோ? தாக்குவேனோ, ஆவெனவும், ஒல்லெனவும் ஒலி உண்டாக உறுதியுடன் குரலெடுத்துக்

கூவுவேனோ? இன்னது செய்வது என்பதனை அறியேன்.

குறுந்தொகை 28; பாலை

நல்உரை இகந்து, புல் உரைத் தாஅய்
பெயல்நீர்க்கு ஏற்ற பசுங்கலம் போல
உள்ளம் தாங்கா வெள்ளம் நீந்தி,
அரிது அவர் வற்றனை நெஞ்சே நன்றும்
பெரிதால் அம்மநின் பூசல், உயர்கோட்டு
மகவுடை மந்தி போல
அகன்உறத் தழீஇக் கேட்குநர்ப் பெறினே.

எனது மனமே! நற்சொல்லாகிய புகழுரை நீங்கி, பயனற்ற உரை பரவிட, மழைநீரை ஏற்ற பச்சை மட்பாண்டம் போல உள்ளம் தாங்கவியலாத ஆசை வெள்ளத்தில் நீந்தினாய்! பெறுதற்கு அரியதைப் பெற விரும்பினாய். உயர்ந்த மரக்கிளையில், தன் குட்டியால் அடிவயிற்றில் தழுவப்பெற்ற தாய்க்குரங்கைப் போல, மனம் விரும்பி என் கருத்தைக் கேட்டு நிறைவேற்றுகின்ற தலைவியைப் பெறுவதாயின், உனது போராட்டமானது பெருமிதமானதே.

குறுந்தொகை 29; குறிஞ்சி

'வெந்திறல் கடுவளி பொங்கர்ப் போந்தென,
நெற்றுவிளை உழிஞ்சில் வற்றல் ஆர்க்கும்
மலையுடை, அருஞ்சுரம்' என்பநம்
முலையிடை முனிநர் சென்ற ஆறே.

அன்புத் தோழியே! நம் முலைகளிடையே துயிலுதலை வெறுத்தவர் பிரிந்து சென்ற வழியானது, வெம்மையும் வலிமையும் உடைய காற்று, பொங்கி வீசியதால், வாகையின் நெற்றுகள் ஒலிக்கின்ற மலைகளைக்கொண்ட கடத்தற்கரிய கொடிய பாலைச்சுரவழி என்பர்.

குறுந்தொகை 39; பாலை

'செல்வார் அல்லர்' என்றுயான் இகழ்ந்தனனே;
'ஒல்வாள் அல்லள்' என்று அவர் இகழ்ந்தனரே;
ஆயிடை, இருபேர் ஆண்மை செய்தபூசல்,

நல்அராக் கதுவி யாங்குஎன்

அல்லல் நெஞ்சம் அலமலக் குறுமே.

தலைவர் என்மீது பெருங்காதல் கொண்டவராதலால், என்னைப் பிரிந்து செல்பவரல்லர் எனக் கருதியவளாகவும், அதேநேரத்தில் பிரிவினை நினைத்துச் சோர்ந்தும் இருந்தேன். பிரிவதாகச் சொன்னால், அதனை அறியாத இவளும் ஒப்ப மாட்டாள் எனக் கருதி அவரும் சொல்லுவதில் சோர்வுற்றார். இவ்வாறாக இருவரிடமும் தோன்றிய பேராற்றல்கள் செய்த போராட்டத்தில், நல்ல பாம்பு தீண்டியதுபோல, எனது துன்பமான மனம் இப்போது மிகவும் கலக்கமடைகின்றதே!

குறுந்தொகை 43; பாலை

கூந்தல் ஆம்பல் முழுநெறி அடைச்சி,

பெரும்புனல் வந்த இருந்துறை விரும்பி,

யாம் அஃது அயர்கம் சேறும்; தான் அஃது

அஞ்சுவது உடையள் ஆயின், வெம்போர்

நுகம்படக் கடக்கும் பல்வேல் எழினி

முனைஆன் பெருநிரை போல,

கிளையோடு காக்க, தன் கொழுநன் மார்பே.

கூந்தலில் ஆம்பல் பூவைச்சூடி வெள்ளம் வரப்பெற்ற நீர்த்துறையை விரும்பிப் புனல் விளையாட்டு விளையாடிடச் செல்கின்றோம். அது கண்டு தலைவியும் மனம் வேறுபட்டு அச்சப்படுவாளாயின் கொடும்போரில் தேரின் நுகத்தைத் தாங்கிப் பகைவரை வெல்லும் பேராண்மையினையும், வேற்படைகள் பலவும்கொண்ட எழினியின் போர்க்களத்தேயுள்ள ஆநிரைகளைப் பகைவர் காத்ததுபோலத் தானும் தன் தலைவனுடைய மார்பினை நான் தழுவாதபடித் தன் சுற்றத்தோடுகூடிக் காத்துக்கொள்வாளாக!

குறுந்தொகை 80; மருதம்

அரில்பவர்ப் பிரம்பின் வரிப்புற விளைகனி

குண்டுநீர் இலஞ்சிக் கெண்டை கதூஉம்

தண் துறை ஊரன் பெண்டினை ஆயின்,

பலஆ குகநின் நெஞ்சில் படரே!
ஓவாது ஈயும் மாரி வண்கை,
கடும்பகட்டு யானை நெடுந்தேர் அஞ்சி
கொன்முனை இரவு ஊர்போலச்
சிலவா குகநீ துஞ்சும் நாளே

நெஞ்சமே! ஒன்றோடொன்று பின்னியுள்ள பிரப்பங் கொடியின் வரியுடன் பழுத்த கனியினை ஆழநீர்க் குளத்திலுள்ள கெண்டை மீன் எடுத்துண்ணுகின்ற குளிர்ந்த நீர்த்துறைகளைக்கொண்ட ஊரினைச் சேர்ந்தவன் நம் தலைவன். அவன் துணைவியாக நீயும் இருப்பாயாயின் உனது நெஞ்சில் துன்பங்களும் பல்வாகப் படருமாக! இடைவிடாது வழங்கும் மேகம் போன்ற வள்ளன்மைக் கையினையும், கடும் வேகம்கொண்ட யானைப் படையினையும், பெரிய தேர்ப்படையினையும் கொண்டவன் அதியமான் நெடுமான் அஞ்சி. அவனுடைய அச்சமூட்டும் போர்க்களத்து ஊரில் இரவுவேளையில் உள்ளவரைப்போல நீ உறக்கங்கொள்ளும் நாட்களும் இனிமேல் சிலவே ஆகட்டும்.

குறுந்தொகை 91; மருதம்

உள்ளினென் அல்லெனோ யானே? உள்ளி
நினைந்தனென் அல்லெனோ பெரிதே? நினைந்து
மருண்டனென் அல்லெனோ, உலகத்துப் பண்பே?
நீடிய மராஅத்த கோடுதோய் மலிர்நிறை
இறைத்துஉணச் சென்று அற்றாங்கு
அனைப்பெருங் காமம் ஈண்டுகடைக் கொள்வே.

நான் உன்னை நினைத்தேன் அல்லேனோ? மீண்டும்மீண்டும் பெரிதாக நினைத்தேன் அல்லேனோ? வாழ்வு சிறக்கப் பொருளீட்டமை எண்ணிடும் உலக நடைமுறையைக் கருத்தில்கொண்டு, திரும்ப இயலாமல் மயங்கினேன் அல்லேனோ? உயர்ந்து வளர்ந்துள்ள கடம்ப மரக்கிளையைத் தழுவிப் பாய்ந்த பெருவெள்ளம், பின்னர் கையால் இறைத்துப் பருகுமாறு சிறுத்து, இறுதியில் முற்றிலும் இல்லாமல் போவது போலக் காம நோயும் பெரிதாக இருந்து, உன்னைச் சேர்ந்ததும் இல்லாமல் போனதே.

குறுந்தொகை 99; முல்லை

உள்ளின், உள்ளம் வேமே; உள்ளாது,
இருப்பின் எம் அளவைத்து அன்றே; வருத்தி
வான்தோய் வற்றே, காமம்;
சான்றோர் அல்லர், யாம்மரீஇ யோரே.

தலைவரை நினைத்தால், நம்மை நினையாதவராக அவர் பிரிந்திருப்பதை எண்ணியவுடன் மனம் நோகத் தொடங்கிவிடும். அதன்பொருட்டு அவரை நினையாமல் இருப்போம் எனிலோ, அந்தநிலையும் நமது ஆற்றலுக்குக் கட்டுப்படுவதன்று. எனது காம நோயோ மிக்க வருத்தமடையச் செய்து விண்ணளாவி வளர்கின்றது. நான் மருவிய தலைவரோ சான்றாண்மை உடையவரல்லர்.

குறுந்தொகை 102; நெய்தல்

நெடுவரை மருங்கிற் பாம்புபட இடிக்கும்
கடுவிசை உருமின் கழறுகுரல் அளைஇக்
காலொடு வந்த கமஞ்சூல் மாமழை
ஆரளி யிலையோ நீயே பேரிசை
இமயமும் துளக்கும் பண்பினை
துணையிலர் அளியர் பெண்டிர் இஃதெவனோ?

நெடிய மலைச்சாரல்களில் உள்ள பாம்புகளும் இறந்துபட, பலத்த ஓசையுடன் இடி முழங்கும். அந்த முழக்கத்துடன் கலந்த பெருங்காற்றுடன் வந்த நிறைநீராகிய பெருமழையே! நீதான் பெரிதும் கருணை உடையாய் இல்லையோ? நீயோ பெரும்புகழ் இமயமும் அசைந்திடப் பெய்யும் தன்மையினை உடையாய், மகளிர் தமக்குத் துணையாகக் காதலரைப் பெற்றிலர்; அவரோ இரங்கத் தகுந்தவர். அவ்வாறு இருக்கவும், துணையாகக் காதலர் வருவதற்கு இடர்பாடாக நீ பெய்து அலைக்கழிப்பது எதன் பொருட்டோ?

குறுந்தொகை 158; குறிஞ்சி

சென்ற நாட்ட கொன்றைஅம் பசுவீ
நம்போல் பசக்கும் காலை, தம்போல்
சிறுதலைப் பிணையின் தீர்ந்த நெறிகோட்டு
இரலை மானையும் காண்பர்கொல், நமரே?

புல்லென் காயாப் பூக்கெழு பெருஞ்சினை
மென்மயில் எருத்தின் தோன்றும்
புன்புல வைப்பிற் கானத் தானே.

காட்டில் முன்னர்ப் பொலிவு இழந்திருந்த காயா மரத்தின் பூக்கள்கொண்ட பெருங்கிளையானது மழைக்குப் பின்னர் மென்மையான மயிலினது கழுத்தைப் போலத் தோன்றுகிறது. தலைவர் சென்றுள்ள நாட்டில் கொன்றை நறுமலர்கள், நம்மைப் போலவே பசலைத் தோற்றம் அடைகின்ற காலம், இந்தக் குளிர்காலக் கார்ப்பருவம். இக்காலத்தில் சிறிய தலையினை உடைய பெண்மானிடமிருந்து பிரிந்த நெறிந்த கொம்பினை உடைய ஆண்மானையும் காண்பாரோ?

குறுந்தொகை 183; முல்லை

பெய்த குன்றத்துப் பூநாறு தண்கலுழ்
மீமிசைத் தாஅய், வீசும் வளிகலந்து,
இழிதரும் புனலும்; வாரார் தோழி!
மறந்தோர் மன்ற மறவாம் நாமே
கால மாரி மாலை மாமலை
இன்னிசை உருமின் முரலும்
முன்வரல் ஏமம் செய்துஅகன் றோரே.

கார்காலத்தில் பெய்வதற்கரிய மழை மேகம், மாலைப்பொழுதில் பெரிய மலைமுகட்டில் ஒலிப்பதாகிய இடி முழக்கமாகி வந்து, முழக்கமிடுகிறது. முன்னர் மழை பெய்த குன்றத்தில் மலர் மணம் வீசுகின்ற தண்ணீரானது மலர்களுடன் அருவி வெள்ளமாகக் கொட்டுகிறது. கார் காலத்திற்கு முன்னரே வருவதாக உறுதி கூறிப் பிரிந்து சென்ற தலைவர், இன்னும் வாராமல் நம்மையும் மறந்தார்; நாம் அவரை எப்படியும் மறக்கமாட்டோம்.

குறுந்தொகை 200; நெய்தல்

அரில்பவர்ப் பரம்பின் வரிப்புற நீர்நாய்
வாளை நாள்இரை பெறூஉம் ஊரன்
பொன்கோல் அவிர்தொடித் தற்கெழு தகுவி
எற்புறங் கூறும் என்ப தெற்றென

வணங்கு இறைப் பணைத்தோள் எல்வளை மகளிர்
துணங்கை நாளும் வந்தன; அவ்வரைக்
கண்பொர, மற்றுஅதன் களவர்
மணம்கொளற்கு இவரும் மள்ளர் போரே.

நீர்நாயானது, ஒன்றோடொன்று பின்னியுள்ள பிரப்பங்கொடியின் கோடு பொருந்திய முதுகினை உடையது. அந்நாய் தன்னுடைய காலை உணவாக வாளைமீனைக் கொள்கின்ற வளம் மிகுந்த ஊருக்குத் தலைவன் அவன். பொன்னால் ஆகிய திரட்சியை உடையதும், ஒளி சிந்துவதுமாகிய வளையலை அணிந்தவளும், தனக்குப் பொருத்தமானவளுமாகிய பரத்தை, "என்னைப் புறம் பேசுபவள்" என்பாள். அது விளங்குமாறு வளைந்த மூங்கில் போன்ற தோள்கொண்ட வளையணிந்த மகளிர், துணங்கைக் கூத்தாடும் காலமும் வந்தது. அப்போது அந்தத் துணங்கை ஆடும் இடத்தில் கண்கள் போர் செய்யுமாறு அவனை மீளவும் என்னிடம் மணம் கொள்ள மள்ளர் தம் சேரிப் போரும் வந்து சேரும்.

குறுந்தொகை *364*; மருதம்

நீர்கால் யாத்த நிரைஇதழ்க் குவளை
கோடை ஒற்றினும் வாடா தாகும்;
கவணை அன்ன பூட்டுப் பொருது அசாஅ
உமண் ஒழுகைத் தோடு நிரைத்தன்ன
முளிசினை பிளக்கும் முன்பு இன்மையின்,
யானை கைம்மடித்து. உயவும்
கானமும் இனியஆம், நும்மொடு வரினே.

அழகிய வரிசையாக அமைந்த இதழ்களை உடைய குவளை மலரானது நீரைத் தன்னடியில் கொண்டது என்பதனால், கோடையிலும் அது வாடாது. வில் போன்ற பூட்டைப் பிணைத்தமையால், வருத்தமுற்ற உப்பு வணிகரின் எருதுகள் பூட்டிய வண்டிகளின் தொகுதி போல் தோன்றும் உலர் மரக்கிளைகளை முறிக்கும் வன்மை இன்மையால், யானை தன் தும்பிக்கையை மடித்து வைத்து வருந்தும் தன்மையுடையது, பாலை. உம்முடன் ஒத்தவளாக வருவாளானால், அநதப் பாலையும் தலைவிக்கு மிகவும் இனிமையே ஆகும்.

குறுந்தொகை *388;* பாலை

வானம் ஊர்ந்த வயங்கு ஒளி மண்டிலம்
நெருப்பு எனச் சிவந்த உருப்ப அவிர் அம்காட்டு,
இலைஇல மலர்ந்த முகைஇல் இலவம்
கலிகொள் ஆயம் மலிபுதொகுபு, எடுத்த
அம்சுடர் நெடுங்கொடி பொற்பத் தோன்றி,
கயம்துகள் ஆகிய பயம்தபு, கானம்
எம்மொடு கழிந்தனர் ஆயின், கம்மென,
வம்பு, விரித்தன்ன பொங்குமணற் கான்யாற்றுப்
படுசினை தாழ்ந்த பயில் இணர் எக்கர்,
மெய்புகுவு அன்ன கைகவர் முயக்கம்
அவரும் பெறுகுவர் மன்னே! நயவர,
நீர்வார் நிகர் மலர் கடுப்ப, ஓ மறந்து
அறுகுளம் நிறைக்குந போல, அல்கலும்
அழுதல் மேவல ஆகி,
பழிதீர் கண்ணும் படுகுவ மன்னே!

வானில் உலவும் விளங்கு ஒளியையுடைய ஞாயிற்று மண்டிலமானது தீயைப் போன்று சுட்டதால் வெப்பமானது கானல் நீராகத் திகழும் காடு. அக்காட்டில் இலைகள் இல்லாமல் அரும்பு மலர்ந்த இலவ மரங்கள், ஆரவாரம் உடைய மகளிர் கூட்டம் மகிழ்ந்து எடுத்த அழகிய கார்த்திகை விளக்குகளின் ஒழுங்குபோல விளங்குகின்றன. அங்குக் குளங்கள் துகள் படிந்திருக்கும்; மழை வளம் தவறிய காட்டில் தலைவர் என்னை உடன் அழைத்துச் சென்றால், கச்சினை விரித்து வைத்தாற்போன்று விளங்கும் மணல் மிக்க காட்டாற்றில், மிகுந்த பூங்கொத்துக்களையுடைய பெரிய மரக்கிளைகள், தாழ்ந்து மணல்மேட்டில், உடல்கள் ஒன்றுடன் ஒன்று புகுவதைப் போன்று கைகளால் கவர்ந்து தழுவுதலை அன்பு தோன்ற அவரும் பெற்று மகிழ்வார். என் குற்றம் இல்லாத கண்களும் நீரைச் சிந்தும் மலரைப் போன்று ஒழிதலின்றி, நீர் வற்றிய குளத்தை நிறைக்கும் கால்வாய்களைப் போன்று, நாள்தோறும் அழுது கண்ணீர் வடித்தலைப் பொருந்தாதனவாய் இன்பம் உண்டாகத் துயில்வோம். இவ்வாறு இருவகையிலும் இன்பம் உண்டாகும் செயலைச் செய்திலர் என்பதற்கே வருந்துகிறேன். பிரிவினைப் பொறுக்காமல் வருந்த மாட்டேன்.

அகநானூறு 11; பாலை

ஓங்குமலைச் சிலம்பில் பிடவுடன் மலர்ந்த
வேங்கை வெறித்தழை வேறு வகுத்தன்ன
ஊன்பொதி அவிழாக் கோட்டு உகிர்க்குருளை
மூன்றுஉடல் ஈன்ற முடங்கர் நிழத்த,
துறுகல் விடர் அளைப் பிணவுப்பசி கூர்ந்தெனப்
பொறிகிளர் உழுவைப் போழ்வாய் ஏற்றை
அறுகோட்டு உழைமான் ஆண்குரல் ஓர்க்கும்
நெறிபடு கவலை நிரம்பா நீளிடை,
வெள்ளி வீதியைப் போல நன்றும்
செலவு அயர்ந்திசினால் யானே; பல புலந்து,
உண்ணா உயக்கமொடு உயிர்செலச் சா அய்,
தோளும் தொல்கவின் தொலைய, நாளும்
பிரிந்தோர் பெயர்வுக்கு இரங்கி,
மருந்து பிறிது இன்மையின், இருந்துவினை இலனே.

தோழியே! நம் தலைவன் நம்மைப் பிரிதலால், பலவற்றையும் வெறுத்து, உண்ணாத வருத்தத்தால் என் உயிர் நீங்குமளவுக்கு உடல் மெலிந்தது. தோள்களும் பழைய அழகு கெட்டன. நம்மைப் பிரிந்துசென்ற தலைவரின் நீக்கத்துக்குப் பிரிவாற்றாது அழுது அதனைப் போக்குதற்கு வேறு மருந்து இல்லாமையால் செயலற்று விட்டேன். பெண்புலியானது, உயர்ந்த மலையின் பக்கத்தில் பிடவுடன் ஒருசேர மலர்ந்துள்ள வேங்கை மரத்தின் மணம் கமழும் மலருடன்கூடிய தழையை வெவ்வேறாக வைத்தாற்போன்ற தசையின் மறைப்பு நீங்காத வளைந்த நகத்தையுடைய குட்டிகள் மூன்றை ஒருசேர ஈன்றுள்ளது; முடக்கமான இடத்தில் உள்ள பாறைப் பிளவினுள் உள்ள, குகையில் வலி ஓய்ந்து பசியுடன் இருந்தது. அதனை உண்ணச் செய்யப் புள்ளிகளையுடைய பிளந்த வாயையுடைய ஆண்புலி, அறல்பட்ட கொம்பையுடைய ஆண் மானின் குரலைத் தன் செவியால் கேட்கும். இத்தகைய இயல்புடைய பிளவுபட்ட வழிகள் பொருந்திய பெரிய காட்டிலே தன் கணவனைத் தேடிச் சென்ற வெள்ளி வீதியைப் போல் நானும் தேடிச் செல்ல விரும்பியுள்ளேன்.

அகநானூறு *147*; பாலை

விசும்பு விசைத்து எழுந்த கூதளங் கோதையின்,
பசுங்கால் வெண்குருகு வாப்பறை வளைஇ,
ஆர்கலி வளவயின் போதொரு பரப்ப,
புலம்புனிறு தீர்ந்த புதுவரல் அற்சிரம்,
நலம்கவர் பசலை நலியவும் நம்துயர்
அறியார் கொல்லோ, தாமே? அறியினும்,
நம் மனத்து அன்ன மென்மை இன்மையின்,
நம்முடை உலகம் உள்ளார் கொல்லோ?
யாங்குஎன உணர்கோ, யானே? வீங்குபு
தலைவரம்பு அறியாத தகைவரல் வாடையொடு
முலையிடைத் தோன்றிய நோய்வளர் இளமுளை
அசைவுடை நெஞ்சத்து உயவுத் திரள்நீடி,
ஊரோர் எடுத்த அம்பல் அம்சினை,
ஆராக் காதல் அவிர்தளிர் பரப்பி,
புலவர் புகழ்ந்த நார்இல் பெருமரம்
நிலவரை எல்லாம் நிழற்றி,
அலர் அரும்பு ஊழப்பவும், வாரா தோரே.

முடிவின் எல்லை இது என்று அறியமுடியாத தன்மையுடன் வருதலையுடைய வாடைக்காற்றின் வரவால் முலையிடத்தே தோன்றிய காம நோய் என்ற மரம் வளர்வதற்குக் காரணமான அதன் இளைய முளை, தளர்ச்சியுடைய நெஞ்சாகிய நிலத்தில் துன்பம் என்ற செடியாய் வளர்ந்து, ஊரார் எழுப்பிய அம்பல் என்ற அழகிய கிளைகளைக்கொண்டு, காதல் என்னும் ஒளி விளங்கும் தளிர்களைப் பரப்பி, புலவரால் புகழப்பெற்ற நாணம் இல்லாத பெரிய மரமாய் ஆகி, நிலத்தின் எல்லையெல்லாம் பரவிக் கவிந்து, அலர் ஆகிய மலர்களைச் சொரிந்தது. அப்பொழுதும் தலைவர் வாரார் ஆயினர். நம் தலைவர் வானத்தில் செல்லும்படி வேகத்துடன் எறிந்த கூதாளியின் மாலைபோல் பசிய காலையுடைய வெள்ளைக் கொக்குகள் சிறகை விரித்து வளைத்து வளமான கடல் பக்கத்தில் காலையில் பரவி அமரும். கழனிகளில் கதிர் ஈன்று முடிந்த அண்மையிலே புதிதாய் வந்த முன்பனிக் காலத்தில் நம் அழகைக் கவர்ந்த பசலை நம்மை வருத்தவும் அதனால் நாம் அடையும் துன்பத்தை

அறிந்திலரோ! அல்லது அவர் அறிந்திருப்பினும் நம் மனத்தின் மென்மை போன்று அவருடைய மனத்தில் இல்லாமையால், நம் மகளிர் உலகத்து இயல்பை அறிந்திலரோ! நான் என்னவென்று உணர்வேன்?

அகநானூறு 273; பாலை

இடைபிறர் அறிதல் அஞ்சிமறை கரந்து,
பேஎய் கண்ட கனவின், பல்மாண்
நுண்ணிதின் இயைந்த காமம் வென்வேல்,
மறம்மிகு தானை, பசும்பூண், பொறையன்
கார்புகன்று எடுத்த சூர்பிகல் நனந்தலை
மா இருங் கொல்லி உச்சித் தா அய்
ததைந்து செல் அருவியின் அலர்எழப் பிரிந்தோர்
புலம்கந் தாக இரவலர் செலினே
வரைபுரை களிற்றொடு நன்கலன் ஈயும்
உரைசால் வண்புகழ் பாரி பறம்பின்
நிரையறைக் குரீஇயினம் காலைப் போகி
முடங்கு புறச் செந்நெல் தரீஇயர் ஓராங்கு
இரைதேர் கொட்பின் ஆகி பொழுது படப்
படர்கொள் மாலைப் படர்ந் தாங்கு
வருவர் என்று உணர்ந்த மடம்கெழு நெஞ்சம்
ஐயம் தெளியரோ நீயே பலஉடன்
வறல்மரம் பொருந்திய சிள்வீடு உமணர்
கணநிரை மணியின் ஆர்க்கும் கரன் இறந்து
அழிநீர் மீன்பெயர்ந் தாங்கு அவர்
வழிநடைச் சேறல் வலித்திசின் யானே.

நம் கோழைத்தன்மையை மற்றவர் அறிந்துகொள்வர் என்பதற்கு அஞ்சிப் பேயைக் கனவில் கண்டதைப் பிறரிடம் கூறாதது போன்று, நாம் நமது ஆற்றாமையை மறைத்து வைத்தோம். ஆனால், பல சிறப்புகளை உடைய காமம் நம்மையும் அறயாதபடி மற்றவர்க்குப் புலனாகியது. அதனால், வெற்றி பொருந்திய வேலையும் வீரம் மிக்க படையையும்

பசிய அணிகலன்களையும் உடைய சேரமன்னனின், மேகம் விரும்பி மழை பெய்த தெய்வம் விரும்பி வாழும் அகன்ற இடத்தையுடைய கொல்லிமலை உச்சியில் பரவிச் செறிந்து விழும் அருவியின் ஒலி போன்று அலராகி வெளிப்பட்டது. இவ்வாறு நம்மைப் பிரிந்துபோன தலைவர், தம்முடைய அறிவினையே பற்றுக்கோடாகக்கொண்டு இரவலர் வந்தால் அவர்களுக்கு மலை போன்ற களிறுகளுடன் நல்ல அணிகலன்களையும் அளிக்கும் சிறந்த புகழையுடையது பாரியின் பறம்பு மலை. அம்மலையில் வரிசையாய்ப் பறக்கும் குருவிக்கூட்டம், காலையில் வெளியே போய் வளைந்த புறத்தையுடைய சிவந்த நெற்கதிர்களைக் கொணரும்பொருட்டு, அந்நெற்கதிர்கள் உள்ள இடத்தை ஆராய்ந்து திரியும் தன்மையுடையனவாய், கதிரவன் மறையும்போது, துன்பத்தைத் தரும் மாலைப்பொழுதில் திரும்ப வரும். அவற்றைப் போன்று, தலைவர் திரும்ப வருவர் என்று நினைத்த அறியாமை பொருந்திய நெஞ்சமே உன் ஐயம் நீங்கப் பெற்றுத் தெளிவு அடைவாயாக! வற்றிய மரத்தில் பொருந்திய சிள் வீடு என்னும் வண்டுகள் ஒன்றாய்ச் சேர்த்து உப்பு வணிகர்களுடைய கூட்டமான எருதுகளின் மணி ஒலிப்பது போல் ஒலிக்கும். இத்தன்மையுடைய பாலை வழியைக் கடந்து நீர் வற்றும்பொழுது அதில் உள்ள மீனானது நீர் இருக்கும் இடத்துக்குச் செல்லும். அதைப் போன்று நான் அவர் சென்ற வழியிலேயே செல்லத் துணிவு கொண்டுள்ளேன்.

அகநானூறு 303; பாலை

களம்புகல் ஓம்புமின், தெவ்வீர்! போர்எதிர்ந்து,
எம்முளும் உளன்ஒரு பொருநன்; வைகல்
எண்தேர் செய்யும் தச்சன்
திங்கள் வலித்த கால்அன் னோனே.

திணை: தும்பை; துறை : தானைமறம்.

பகைவரே! போர்க்களம் புகுவதைத் தவிர்ப்பீர்! எதிர்கொண்டு போரிடும் ஆற்றல் மறவன் எம்மிடையே ஒருவன் உள்ளான். ஒரு நாளைக்கு எட்டுத் தேர்களைச் செய்யும் தச்சன் ஒருவன், ஒரு திங்கள்* முழுவதும் முயன்று செய்த ஒரு தேர்ச் சக்கரம் போன்ற வலிமையை உடையவன் அவன்.

புறநானூறு, 87

―――――――
* திங்கள் - மாதம்

யாவிர் ஆயினும், 'கூழைதார் கொண்டு
யாம்பொருதும்' என்றல் ஓம்புமின் ஓங்குதிறல்
ஒளிறுஇலங்கு நெடுவேல் மழவர் பெருமகன்,
கதிர்விடு நுண்பூண் அம்பகட்டு மார்பின்
விழவு மேம்பட்ட நற்போர்
முழவுத்தோள் என்னையைக் காணா ஊங்கே.

திணை :தும்பை; துறை : தானைமறம்.

பகைவர்களே! நீவிர் எப்படிப்பட்டவராயினும் பின்னணிப் படை, முன்னணிப் படைகளைக் கொண்டு அவனோடு போர் செய்தே தீர்வோம் என்று மட்டும் சொல்ல வேண்டாம். அவன் பேராற்றல் படைத்தவன்; ஒளி வீசும் கூரிய நெடுவேல் படை மழவர்க்குத் தலைவன்; விளங்குகின்ற நுண்ணிய பூண்* அணிந்த மார்பினை உடையவன்; களவேள்வி செய்து நற்போர் செய்யும் முழவு போன்ற தோளை உடையவன்; அவன் எம் தலைவன்.

புறநானூறு, 88

'இழைஅணிப் பொலிந்த ஏந்துகோட்டு அல்குல்,
மடவரல், உண்கண், வாள்நுதல், விறலி!
பொருநரும் உளரோ, நும் அகன்தலை நாட்டு?' என,
வினவல் ஆனாப் பொருபடை வேந்தே.
எறிகோல் அஞ்சா அரவின் அன்ன
சிறுவல் மள்ளரும் உளரே அதாஅன்று
பொதுவில் தூங்கும் விசியுறு தண்ணுமை
வளிபொரு தெண்கண் கேட்பின்,
அது போர்' என்னும் என்னையும் உள்ளே.

திணை : தும்பை; துறை : தானைமறம்.

புனைந்த அணியால் பொலிந்து விளங்கும் அழகிய அல்குலுடைய இளமையோளே! மையுண்ட கண்களையும் ஒளிவீசும் நெற்றியையும் உடைய பெண்ணே! "உமது பெரிய நாட்டினில் போர்மறவர் உளரோ?" எனக் கேட்ட பெரும்படை வேந்தனே! எம் நாட்டில் அடிக்கும் கோலுக்கும் அஞ்சாமல் அதன் எதிரே சீறிவரும் பாம்பைப் போன்ற வலிமை வாய்ந்த இளம் படைவீரர் உள்ளனர். அவர் மட்டும் அல்லாமல் பொது

---

* பூண் - ஒருவகை அணிகலன்

மன்றத்தில் தொங்குகின்ற மத்தளத்தில் காற்று மோதவும் எழுந்த ஓசையையே போர் முழக்கமென மகிழ்ச்சிகொள்ளும் எம் தலைவனும் உள்ளான்.

புறநானூறு, *89*

திணை : தும்பை; துறை : தானைமறம்.

உடைவளை கடும்ப மலர்ந்த காந்தள்
அடைமல்கு குளவியொடு கமழும் சாரல்,
மறப்புலி உடலின், மான்களாம் உளவோ?
மருளின் விசும்பின் மாதிரத்து ஈண்டிய
இருளும் உண்டோ, ஞாயிறு சினவின்?
அச்சொடு தாக்கிப் பாருஉற்று இங்கிய
பண்டச் சாகாட்டு ஆழ்ச்சி சொல்லிய,
வரிமணல் ஞெமர, கல்பக, நடக்கும்
பெருமிதப் பகட்டுக்குத் துறையும் உண்டா?
எழுமரம் கடுக்கும் தாள்தோய் தடக்கை
வழுஇல் வன்கை, மழவர் பெரும!
இருநிலம் மண்கொண்டு சிலைக்கும்
பொருநரும் உளரோ, நீகளம் புகினே?

திணை : தும்பை; துறை : தானைமறம்.

உடைந்த வளையலைப் போல மலர்ந்துள்ள காந்தள் மலரும், இலைகள் தழைத்த மலை மல்லிகையும் மணம் வீசும் சாரலில், வலிமை வாய்ந்த புலியின் முன் மான்கூட்டம் நிற்குமோ? ஒளி ஞாயிறு தோன்றுமாயின், செறிந்த இருளும் விண்ணில் இருப்பதுண்டோ? காற்றாலும் புனலாலும் தாக்குண்டு கொழிக்கப்பட்ட மணலிலும் கல்லிலும் பெருமித நடை பயிலும் எருதிற்கு இழுக்கவியலாத துறைதான் உண்டா? கணையமரம் போன்ற முழந்தாள்வரை நீண்ட வலிமை வாய்ந்த கைகளையுடைய வீரர்களுக்குத் தலைவனே! நீ போர்க்களம் புகுந்தால் உன்னுடைய நாட்டைக் கைப்பற்றி ஆரவாரிக்கும் வீரர்தாம் உளரோ!

புறநானூறு, *90*

வலம்படு வாய்வாள் ஏந்தி ஒன்னார்
களம்படக் கடந்த கழல்தொடித் தடக்கை,

ஆர்கலி நறவின் அதியர் கோமான்!
போர் அடு திருவின் பொலந்தார் அஞ்சி!
பால் புரை பிறைநுதற் பொலிந்த சென்னி
நீல மணிமிடற்று ஒருவன் போல
மன்னுக பெரும! நீயே, தொன்னிலைப்
பெருமலை விடரகத்து அருமிசைக் கொண்ட
சிறியிலை நெல்லித் தீங்கனி குறியாது,
ஆதல் நின் அகத்து அடக்கி,
சாதல் நீங்க, எமக்கு ஈத்தனையே!

திணை : பாடாண் திணை; துறை : வாழ்த்தியல்.

வெற்றியைத் தரும் வாளேந்திப் பகைவரைப் போர்க்களத்தில் வென்ற வீரவளை அணிந்த பெரிய கைகளையுடையவரும் மிக்க ஆரவாரம் தரும் மதுவை உடையவருமான அதிபர்களின் கோமகனே! வெற்றிச் செல்வமும் பொன்மாலையும் கொண்ட அதியமான் நெடுமான் அஞ்சியே! பெரிய மலைச் சரிவிலே அரிய முயற்சியால் பெற்ற சிறிய இலையினை உடைய இனிய நெல்லிக்கனியை அரியது எனவும் கருதாமல், அதன் பயன் யாது எனவும் கூறாமல், மனத்துக்குள்ளாக அடக்கியவாறு, சாதல் நீங்க எனக்கு அளித்தாய்! பால் போன்ற வெள்ளிய பிறை தான் நெற்றி போல் பொலிந்த திருமுடியினையும், நீலமணி போன்ற கரிய கழுத்தினையுடைய இறைவனைப் போல் நீயும் நிலைபெறுக!

புறநானூறு, 91

யாழொடும் கொள்ளா; பொழுதொடும் புணரா;
பொருள்அறி வாரா; ஆயினும், தந்தையர்க்கு
அருள் வந்தனவால், புதல்வர்தம் மழலை;
என்வாய்ச் சொல்லும் அன்ன; ஒன்னார்
கடிமதில் அரண்பல கடந்த
நெடுமான் அஞ்சி! நீ அருளல் மாறே.

திணை : பாடாண் திணை; துறை : இயன்மொழி.

மக்களின் மழலைச் சொற்கள், யாழின் இசையும் அன்று; காலத்தோடும் பொருந்தாதன் பொருளும் அறிய இயலாதன. எனினும், அவை தந்தையர்க்கு அருளூதல் போல வந்தன.

பகைவருடைய காவல் மிக்க அரண்கள் பலவற்றையும் வென்ற அதியமான் நெடுமான் அஞ்சியே! நீ எனக்கு அருளுவதால் என் வாய்ச் சொற்களும் அத்தகையனவே!

புறநானூறு, 92

திண்பிணி முரசம் இழுமென முழங்கச்
சென்று, அமர் கடத்தல் யாவது? வந்தோர்
தார்தாங் குதலும் ஆற்றார், வெடிபட்டு,
ஓடல் மரீஇய பிடுஇல் மன்னர்
தோய்ப்பால் விளிந்த யாக்கை தழீஇ,
காதல் மறந்து, அவர்தீது மருங்கு அறுமார்,
அறம்புரி கொள்கை நான்மறை முதல்வர்,
திறம்புரி பசும்புல் பரப்பினர் கிடப்பி,
'மறம்கந் தாக நஅமர் வீழ்ந்த
நீள்கழல் மறவர் செல்வழிச் செல்க! என
வாள்போழ்ந்து அடக்கலும் உய்ந்தனர் மாதோ
வரிநிமிறு ஆர்க்கும் வாய்புகு கடாஅத்து
அண்ணல் யானை அடுகளத்து ஒழிய,
அருஞ்சமம் ததைய நூறி, நீ,
பெருந்தகை! விழுப்புண் பட்டமாறே.

திணை: வாகை; துறை: அரசவாகை

பெருந்தகையே! தேனீக்கள் ரீங்காரமிடும் வாயிலிலே வந்து புகும் மதம் ஒழுகும் யானைப் படையைப் போர்க்களத்தில் அழித்திடுமாறு வெட்டி வீழ்த்தி நீ விழுப்புண் பட்டாய். எனவே உன்னை எதிர்த்து வந்தோர், உன் முன்னணிப் படையினைத் தாங்க முடியாமல் சிதறி ஓடிவிட்டனர். அத்தகைய பகை மன்னர்கள் நோயினால் மடிந்திருந்தால், அவர்களின் இறந்த உடலைத் தருப்பையின் மீது கிடத்திய நான்கு வேதங்களை ஓதிடும் அந்தணர் தமது ஆண்மையைப் பற்றுக்கோடாகக்கொண்டு போரில் மடிந்த வேந்தர்கள் செல்லும் உலகிற்குச் செல்க" என்று வாளால் வெட்டி அடக்கம் செய்திருப்பார். ஆயின் அப்பகைவர் போர்க்களத்தில் உன்னால் வெட்டிக் கொல்லப்பட்டதால், அத்தகைய இழிவிலிருந்து தப்பித்தனர். ஆதலால், இழுமென்னும்

ஓசையுடையதாய் முரசம் முழங்கிட மேற்சென்று நீ போரை வெல்லுதல் இனி எங்கேயுள்ளது?

புறநானூறு, 93

ஊர்க்குறு மாக்கள் வெண்கோடு கழாஅலின்.
நீரத்துறை படியும் பெருங்களிறு போல
இனியை, பெரும! எமக்கே; மற்றதன்
துன்அருங் கடாஅம் போல
இன்னாய் பெரும! நின் ஒன்னா தோர்க்கே!

திணை : வாகை; துறை : அரசவாகை.

பெருமானே! ஊரிலுள்ள சிறுவர்கள் யானையின் வெண்தந்தங்களைக் கழுவுவதால், நீர்த்துறையில் படுத்திருக்கும் பெரிய யானையானது அவர்களுக்கு எளிதாகவும் இனிதாகவும் விளங்குவது போலவே நீயும் எமக்கு இனிதாக விளங்குகின்றாய்; அந்த யானையின் நெருங்கிட இயலாத மதம்பட்ட நிலை எவ்வாறு துன்பம் தருகிறதோ அதுபோல் நீ உன்னுடைய பகைவர் தமக்கு இன்னாதவனாய் விளங்குகின்றாய்

புறநானூறு, 94

இவ்வே, பீலி அணிந்து மாலை சூட்டி,
கண்திரள் நோன்காழ் திருத்தி, நெய் அணிந்து,
கடியுடை வியல் நகரவ்வே; அவ்வே,
பகைவர்க் குத்தி கோடுநுதி சிதைந்து,
கொல்துறைக் குற்றில் மாதோ என்றும்
உண்டாயின் பதம் கொடுத்து,
இல்லாயின் உடன்உண்ணும்,
இல்லோர் ஒக்கல் தலைவன்,
அண்ணல் எம்கோமான் வைந்நுதி வேலே.

திணை: பாடாண்திணை; துறை: வாள் மங்கலம்.

படைக்கலங்கள், பீலி அணியப்பெற்று, மாலை சூட்டப்பெற்று, அழகுபடச் செய்யப்பட்டு நெய் தடவப்பட்டுக் காவல் மிக்க உன் அரண்மனையில் உள்ளன. செல்வம் உளதாயின் உணவிட்டும் இல்லையெனில் இருப்பதனைப் பகிர்ந்து உடனிருந்து உண்டும்

மகிழும் வறியவர் சுற்றத்துக்கு தலைவனாகிய அதியமான் அஞ்சியின் கூரிய வேல்களோ, பகைவரைத் தாக்குதலால் முனை முறிந்தனவாகக் கொல்லனின் உலைக்களத்திலன்றோ இருக்கின்றன!

புறநானூறு, 95

அலர்பூந் தும்மை அம்பகட்டு மார்பின்,
திரண்டு நீடு தடக்கை, என்னை இளையோற்கு
இரண்டு எழுந்தனவால்; பகையே; ஒன்றே,
பூப்போல் உண்கண் பசந்து தோள் நுணுகி,
நோக்கிய மகளிர்ப் பிணித்தன்று; ஒன்றே,
விழவின்று ஆயினும், படுபதம் பிழையாது,
மைஊன் மொசித்த ஒக்கலொடு, துறைநீர்க்
கைமான் கொள்ளுமோ?' என,
உறையுள் முனியும் அவன் செல்லும் ஊரே.

திணை : பாடாண்திணை; துறை : இயன்மொழி

மலர்ந்த பூவையுடைய தும்பை மாலையை அணிந்த அழகிய வலிய மார்பினையும் திரண்டு நீண்ட கைகளையும் உடைய இளையோனாகிய பொகுட்டெழினி, எம் தலைவன் அஞ்சியின் மகன். இவனுக்கு இரு பகைகள் உள்ளன. இவன் மீது காதல் கொண்ட மகளிர் பூப்போன்ற வடிவினையுடைய மையுண்ட கண்கள் பசப்பவும் தோள்கள் மெலியவும் தம் உள்ளம் வருந்துமாறு உடல் மெலிந்து துன்பம் மிகுந்தவராவது ஒன்று; ஊரில் விழா இல்லையாயினும் சமைக்கப்படும் உணவு எல்லோருக்கும் கிடைப்பதனால் ஆட்டிறைச்சியைச் சுவைத்துத் தின்ற சுற்றத்தாருடன் அவனுடைய போர்ப்படை யானைகளும் நீர்நிலையிலுள்ள துறை நீரைக் குடிக்கும் எனக் கருதி, அங்கு வாழ்தலை அவ்வூரார் வெறுக்கும் வெறுப்பினால் உண்டாவது மற்றொரு பகை.

புறநானூறு, 96

போர்க்கு உரைஇப் புகன்று கழித்தவாள்,
உடன்றவர் காப்புடை மதில் அழித்தலின்,
ஊன்உற மூழ்கி, உரு இழந் தனவே;

வேலே, குறும்பு அடைந்த அரண்கடந்து, அவர்
நறுங் கள்ளின் நாடு நைத்தலின்,
சுரை தழீஇய இருங்காழொடு
மடைகலங்கி நிலைதிரிந் தனவே;
களிறே, எழுஉத் தாங்கிய கதவம் மலைத்து அவர்
கழூஉக் களிற்றுக் குறும்பு உடைத்தலின்
பரூஉப் பிணிய தொடிகழிந் தனவே;
மாவே, பரந்து ஒருங்கு மலைந்த மறவர்
பொலம் பைந் தார்கெடப் பரிதலின்,
களன்உழந்து அசைஇய மறுக்குளம்பினவே;
அவன் தானும், நிலம் திரைக்கும் கடல் தானைப்
பொலந்தும்பைக் கழல்பாண்டில்
கணைபொருத் துளைத்தோ லன்னே.
ஆயிடை, உடன்றோர் உய்தல் யாவது? 'தடந்தாள்,
பிணிக்கதிர், நெல்லின் செம்மல் மூதூர்
நுமக்கு உரித்தாகல் வேண்டின், சென்று அவற்கு
இறுக்கல் வேண்டும், திறையே; மறுப்பின்,
ஒல்வான் அல்லன், வெல்போரான்' எனச்
சொல்லவும் தேறீர் ஆயின், மெல்லியல்,
கழற்கனி வகுத்த துணைச்சில் ஓதி,
குறுந்தொடி மகளிர் தோள்விடல்
இறும்பூது அன்று;அஃது அறிந்து ஆடுமினே.

திணை : பாடாண்திணை; துறை : இயன்மொழி.

போர் செய்திட விரும்பி உறையிலிருந்து உருவப்பட்ட வாள்கள் பகைவர்களின் காவலையுடைய மதில்களை அழித்தபோது, எதிர்ப்போரின் உடல்களில் ஆழமாகப் பாய்ச்சப்பட்டு வடிவம் இழந்தன வேல்கள். நறுமணம் கமழும் கள்ளையுடைய பகைநாட்டின் மதிலை அழித்தமையால் ஆணி கழன்று நிலை குலைந்தன; களிறுகள் பகைவருடைய கணைய மரக்கதவுகளை உடைத்ததுடன் மதிலை மோதி அழித்தமையால் கோடுகள் சிதைந்தன; குதிரைகள் பகைவருடைய பொன்னாலாகிய

பசுமையான மாலை அணிந்த மார்புகள் சிதையுமாறு மிதிப்பதாலும் ஓடுவதாலும் குளம்புகள் குருதி படிந்தன. அதியமான் நெடுமான் அஞ்சியோ, கடல் போன்ற பெரும் படையுடன் போர்செய்து பொன்னாலாகிய தும்பைப் பூமாலை அணிந்து அம்பு துளைத்த கேடயத்தினை உடையவன் ஆயினன்; அவன் கோபத்திற்கு எதிராக எதிர் நிற்பவர் யார்? பெரிய தாள்களையும் நெருக்கமாகக் கதிர்களையும்கொண்ட நெல் விளையும் முதன்மையான உங்கள் ஊரானது உங்களுக்கே உளதாக வேண்டுமெனில் உடன் சென்று திறை செலுத்தி விடுவீராக! அவ்வாறு செலுத்த மறுத்தால், போரில் வெல்லும் திறனுடைய அவன் அதற்கு உடன்படான். உம்முடைய குறுந்தொடிகள் அணிந்த மனைவியர் உம்மைப் பிரிதல் உண்மையாம். எனவே, நன்றாக ஆய்ந்து அவனுடன் போர் செய்ய முனைவீராக!

புறநானூறு, 97

முனைத் தெவ்வர் முரண் அவியப்
பொரக் குறுகிய நுதி மருப்பின் நின்
இனக் களிறு செலக் கண்டவர்
மதிற் கதவம் எழுச் செல்லவும்,
பிணன் அழுங்கக் களன் உழக்கிச்
செலவு அசைஇய மறுக் குளம்பின் நின்
இன நல் மாச் செலக் கண்டவர்
கவை முள்ளின் புழை அடைப்பவும்,
மார்புறச் சேர்ந்து ஒல்காத்
தோல் செறிப்பு இல் நின் வேல்கண்டவர்
தோல் கழியொடு பிடி செறிப்பவும்,
வாள் வாய்த்த வடுப் பரந்த நின்
மற மைந்தர் மைந்து கண்டவர்
புண்படு குருதி அம்பு ஒடுக்கவும்,
நீயே, ஐயவி புகைப்பவும் தாங்காது, ஓய்யென,
உறுமுறை மரபின் புறம் நின்று உயக்கும்
கூற்றத்து அனையை; ஆகலின், போற்றார்

இரங்க விளிவது கொல்லோ வரம்பு அணைந்து
இறங்குகதிர் அலம்வரு கழனி,
பெரும்புனற் படப்பை, அவர் அகன் தலைநாடே!

திணை : வாகை; துறை : அரசவாகை.

நெடுமான் அஞ்சியே! உன் யானைகள் பகைவருடன் போர்புரிந்து சிதைந்த நுனியுடைய கொம்புகளுடன் போகக் கண்ட பகைவர், தம் மதிலுக்குக் கதவினையும் கணைய மரத்தினையும் புதிதாகச் செய்வர்; போர்க்களத்தில் மடிந்தோரின் பிணங்கள் சிதைவடைந்திட ஓடுவதால் குருதிக்கறை படிந்த உன் குதிரைகளைக் கண்ட பகைவர்கள் காட்டின் வாயில்களை வேலமுள் கொண்டு வேலியிடுவர்; பகைவர் உடலை ஊடுருவிச் செல்லக்கூடிய உறையில் செறித்தல் இல்லாத உனது வேல்வீச்சைக் கண்ட பகைவர் தம்முடைய கேடயங்களுக்கு காம்புகளோடு கைப்பிடியைச் செறிக்கின்றனர்; உன்னுடைய படை மறவர் ஆற்றலைக் கண்டவர், தம்முடைய புண்பட்ட குருதிக் கறையுடைய அம்புகளைத் தூணிகளில் மறைப்பர்; பகைவர் அஞ்சும் வலிமை உடையன உன் படைகள்; நீயோ கடுகளவு புகையினும் பொறுக்காது போருக்கு உடன்று எழும் தன்மையன். போரில் கூற்றுவன் என்று சொல்வது போலப் பகைவர் உயிரைப் போக்குபவன். எனவே, நீர்வளம் மிகுந்த விளைபொருள் நிறைந்த பகைவர்தம் நாடுகள், உன்னைப் பகைத்துக்கொண்டால் அழிந்துபடும்.

புறநானூறு, 98

அமரர்ப் பேணியும், ஆவதி அருத்தியும்,
அரும்பெறல் மரபின் கரும்புஇவண் தந்தும்,
நீர்அக இருக்கை ஆழி சூட்டிய
தொல்நிலை மரபின் நின் முன்னோர் போல,
ஈகை அம் கழற்கால், இரும்பனம் புடையல்,
பூ ஆர் காவின் புனிற்றுப் புலால் நெடுவேல்
எழுபொறி நாட்டத்து எழாஅத் தாயம்
வழு இன்று எய்தியும் அமையாய், செருவேட்டு,
இமிழ்குரல் முரசின் எழுவரொடு முரணிச்
சென்று, அமர் கடந்து, நின் ஆற்றல் தோற்றிய
அன்றும், பாடுநர்க்கு அரியை; இன்றும்

பரணன் பாடினன் மற்கொல் மற்றுநீ
முரண்மிகு கோவலூர் நூறி, நின்
அரண் அடு திகிரி ஏந்திய தோளே!

திணை : வாகை; துறை : அரசவாகை.

முன்னோர்களைப் போற்றியும், அவர்களுக்கு வேள்வியில் அவிப்பலி கொடுத்து உண்பித்தும், பெறுதற்கரிய கரும்பை வேற்று நாட்டிலிருந்து இங்கு கொண்டுவந்து பயிரிட்டும், கடலுக்குட்பட்ட நிலத்தில் ஆணைச்சக்கரம் செலுத்தியும், வழிவழி வந்த வளமையுடன் விளங்கி அரும்பேறு பெற்ற அரச மரபினர் உன் முன்னோர். பொன்னால் செய்யப்பெற்ற வீரக்கழல் அணிந்த காலினையும், பெரிய பனந்தோடாகிய மாலையையும் பூக்கள் நிறைந்த சோலையையும் நாள்தோறும் பகைவரின் உடலில் பாய்ச்சப் பெறுவதால், ஈரமான புலால் படிந்த நெடிய வேலினையும் உடைய பழமையான உனது குடியின் முன்னோரைப் போல ஏழு பொறிகளும் நாடுகின்ற நாட்டமுடைய அரசுரிமையைப் பெற்றாய். போரை விரும்பி ஒலிக்கும் ஓசை பொருந்திய முரசுகளையுடைய ஏழு மன்னர்களுடன் பகைத்துப் படையெடுத்துச் சென்று போரிட்டு வெற்றியடைந்து, உன்னைப் பாடுவார்க்கு அரியவனாக விளங்கினாய். இன்றும் மாறுபாடு மிக்க பகைவருடைய கோவலூரை அழித்து வென்று, பிற அரண்களையும் அழிக்கின்ற வெற்றிச் சக்கரம் ஏந்திய உன் தோள்களைப் பிறர் பாடவியலாத நிலையில் பரணன் பாடினான்.

புறநானூறு, 99

கையது வேலே; காலன புனை கழல்;
மெய்யது வியரே மிடற்றது பசும்புண்;
வட்கர் போகிய வளர்இளம் போந்தை,
உச்சிக்கொண்ட ஊசி வெண் தோட்டு,
வெட்சி மாமலர் வேங்கையொடு விரைஇ,
கரி இரும் பித்தை பொலியச் சூடி,
வரிவயம் பொருத வயக்கயிறு போல,
இன்னும் மாறாது சினனே; அன்னோ!
உய்ந்தனர் அல்லர், இவன் உடற்றி யோரே;

செறுவர் நோக்கிய கண் தன்
சிறுவனை நோக்கியும், சிவப்பு ஆனாவே.

திணை : வாகை; துறை : அரசவாகை.

கையிலே கூர்மையான வேல்; கால்களிலே அணிந்த வீரக்கழல்; உடலிலே வியர்வை; கழுத்திலே பசுமையான புண்; பகைவர் அழிவதற்குக் காரணமாகிய, வளர் இளம் பனையின் உச்சியிலிருந்த அறுக்கப்பட்ட ஊசித்தன்மையுடைய வெண் தோட்டையும், வெட்சியின் பெரிய மலரையும், வேங்கைப் பூவுடன் விரவித் தொடுத்த மாலையைச் சுருண்ட கரிய மயிரில் பொலிவுறச் சூடியுள்ளான். புலியுடன் சண்டை யிட்ட யானை, சண்டை முடிந்தும் சினம் தணியாதது போலச் சிவந்த கண்களுடன் நீயும் வந்து நிற்கிறாய்! ஐயோ! உன்னைச் சினங்கொள்ளச் செய்தவர் பிழைக்க மாட்டார்! உன் புதல்வனைக் கண்ட பின்னும் உன் கண்கள், பகைவரை நோக்கிய கண்கள் போலச் சிவந்தே உள்ளனவே!

புறநானூறு, 100

ஒருநாள் செல்லலம்; இருநாள் செல்லலம்;
பல நாள் பயின்று, பலரொடு செல்லினும்;
தலை நாள் போன்ற விருப்பினன் மாதோ
இழைஅணி யானை இயல்தேர் அஞ்சி
அதியமான்; பரிசில் பெறூஉம் காலம்
நீட்டினும், நீட்டாது ஆயினும், களிறுதன்
கோட்டுஇடை வைத்த கவளம் போலக்
கைய கத்தது; அதுபொய் ஆகாதே;
அருந்த ஏமாந்த நெஞ்சம்!
வருந்த வேண்டா் வாழ்க, அவன் தாளே!

திணை : பாடாண்திணை; துறை : பரிசல் கடாநிலை.

ஒரு நாள் செல்வதன்று இரு நாட்கள் செல்வதன்று பல நாட்கள் தொடர்ந்து பலரோடு சென்றாலும் முதல் நாளைப் போலவே விருப்பமுடன் பழகும் இயல்புடையவன். அணிகலன் பூண்ட யானையும் எழிலான தேரும் கொண்டவன். அவனிடமிருந்து பரிசிலைப் பெறும் காலம் நீண்டதாயினும்

குறுகியதாயினும், யானையினுடைய கொம்புகளுக்கிடையே வைத்துள்ள சோற்றுருண்டை போலப் பரிசில் நம் கைவசம் உள்ளதே! அது பொய்யாகாதே! எனவே, உண்பதற்கு விரும்பிய நெஞ்சமே! நீ பரிசிற்காக வருத்தமுற வேண்டா! வாழ்க அவன் திருவடிகள்.

புறநானூறு, 101

'எருதே இளைய; நுகம்உண ராவே;
சகடம் பண்டம் பெரிது பெய்தன்றே;
அவல் இழியினும், மிசை ஏறினும்,
அவணது அறியுநர் யார்?' என, உமணர்
கீழ்மரத்து யாத்த சேம அச்சு அன்ன,
இசைவிளங்கு கவிகை நெடியோய்! திங்கள்
நாள்நிறை மதியத்து அனையை; இருள்
யாவணதோ, நின் நிழல் வாழ்வோர்க்கே?

திணை : பாடாண்திணை; துறை : இயன்மொழி.

காளைகள் இளையன; நுகத்தடி பூட்டப்பட்டதை உணராமல் செல்வன; வண்டியிலோ பெருஞ்சுமை ஏற்றப்பட்டுள்ளது. எனவே, இடைவழியில் மேடு பள்ளங்களால் யாதாகுமோ என எண்ணிச் சேமவச்சும் உடன் கொண்டு செல்வர் உப்பு வாணிகர். அந்த அச்சைப் போலவே காத்துப் புரப்பவன் நீ. உன்னைச் சேர்ந்து வாழ்வாரிடம் துன்ப இருள் உளதாயின், உனது கொடையால் அதனைப் போக்கும் நிலவு போன்றவன் நீ.

புறநானூறு, 102

ஒரு தலைப் பதலை தூங்க, ஒரு தலைத்
தூம்புஅகச் சிறுமுழாத் துங்கத் தூக்கி,
'கவிழ்ந்த மண்டை மலர்க்குநர் யார்?' எனச்
சுரண்முதல் இருந்த சில்வளை விறலி!
செல்வை ஆயின், சேணோன் அல்லன்;
முனைசுட எழுந்த மங்குல் மாப்புகை
மலைசூழ் மஞ்சின், மழ களிறு அணியும்
பகைப்புலத் தோனே, பல்வேல் அஞ்சி;

பொழுது இடைப்படாஅப் புலரா மண்டை
மெழுகுமெல் அடையின் கொழுநிணம் பெருப்ப,
அலத்தற் காலை ஆயினும்,
புரத்தல் வல்லன்; வாழ்க அவன் தாளே!

திணை : பாடாண்திணை; துறை :விறலியாற்றுப்படை.

காவடியில் ஒரு பக்க முகமுடைய பதலை என்னும் தோற்கருவி தொங்கவும், மறுமுனையில் ஒரு பக்கத்துளையை அகத்தேயுடைய சிறிய முழவு என்னும் மத்தளம் தொங்கவும் அக்காவடியைத் தூக்கிக்கொண்டு பரிசு நோக்கி வழங்குவோர் இன்மையால், ஏற்கவியலாமல் கவிழ்ந்துள்ள எனது உண்கலத்தை இட்டு நிரப்ப வல்லவர் யாவரோ' என இடைவழியில் கேட்கின்ற சில வளைகள் அணிந்த விறலியே! நீ அதியமான் நெடுமான் அஞ்சியிடம் செல்வாயாயின், அவனோ நெடுந்தொலைவில் உள்ளவன் அல்லன்; பகைப்புலத்தைச் சுடுதலால் எழுகின்ற இருளுடைய கரும்புகையானது, மலைசூழும் மேகம் போன்று வீரக்களிற்று யானைகளைச் சூழ்கின்ற பகைவர் நாட்டில் இருக்கின்றான். உலகமே வறுமையுற்றாலும் பொழுது ஓயாமல் உண்ணப்படுவதால் உலராத உண்கலத்தில் மெழுகாலான மெல்லடை போலக் கொழுத்த நிணம் படிந்து மிகும்படியாகப் பரிசிலரைப் பாதுகாக்க வல்லவன் அதியமான் அஞ்சி. வாழ்க அவன் தாள்கள்!

புறநானூறு, 103

போற்றுமின், மறவீர்! சாற்றுதும் நும்மை
ஊர்க் குறுமாக்கள் ஆடக் கலங்கும்
தாள்படு சில்நீர்க் களிறு அட்டு வீழ்க்கும்
ஈர்ப்புடைக் கராஅத்து அன்ன என்னை
நுண்பல் கருமம் நினையாது
'இளையவன்' என்று இகழின், பெறல் அரிது, ஆடே.

திணை : வாகை; துறை: அரசவாகை.

ஊரில் உள்ள சிறுவர் சென்று விளையாடினால் கலங்கும் கால் அளவான சிறிதளவு நீராயினும், அதனுள் வந்துற்ற யானையையும் இழுப்புத் திறனுடைய முதலையானது வென்று கொன்று விடும். அதுபோல எம் தலைவனின் பெரிய வலிவையும்

நுண்ணிய ஆற்றல்களையும் அறியாது, அவனை இளைஞன் என இகழ்ந்தால், வெற்றி பெறுதல் அரிதினும் அரிதே! ஆதலால் நீவீர் உம்மைப் பாதுகாத்துக் கொள்ளுங்கள்.

புறநானூறு, 104

தடவுநிலைப் பலவின் நாஞ்சில் பொருநன்
மடவன், மன்ற் செந்நாப் புலவீர்!
வளைக்கை விறலியர் படப்பைக் கொய்த
அடகின் கண்ணுறையாக யாம் சில
அரிசி வேண்டினேமாக, தான்பிற
வரிசை அறிதலின், தன்னும் தூக்கி,
இருங் கடறு வளைஇய குன்றத்து அன்னதோர்
பெருங் களிறு நல்கியோனே; அன்னதோர்
தேற்றா ஈகையும் உளதுகொல்?
போற்றார் அம்ம, பெரியோர் தம் கடனே.

திணை: பாடாண்; துறை : பரிசில் விடை.

செம்மையான நாவினை உடைய புலவரே! பெரிய நிலையாகிய அடிமரத்தையுடைய பலா மரங்களை உடைய நாஞ்சில் மலைத் தலைவன் வள்ளுவன் அறியாமையே உடையவன் போலும்! விறலியர் மனையின் அருகில் பறித்த கீரையின் மேல் தூவிடச் சிறிது அரிசியையே வேண்டினோம். ஆனால் அவனோ எமது வறுமையின் அளவினை எண்ணாமல், அவனது மேன்மையையே எண்ணியவனாக மலை போன்ற யானையை எமக்குத் தந்தான். இப்படி ஆராயாது கொடுக்கும் கொடையும் உளதோ? பெரியவர் என்போர் ஆராய்ந்து செய்யாரோ?

புறநானூறு, 140

நாடா கொன்றோ; காடா கொன்றோ;
அவலா கொன்றேர் மிசையா கொன்றோ;
எவ்வழி நல்லவர் ஆடவர்,
அவ்வழி நல்லை; வாழிய நிலனே!

திணை : பொதுவியல்; துறை : பொருண்மொழிக் காஞ்சி.

நாடாக இருக்கட்டும்; காடாக இருக்கட்டும்; பள்ளமாக இருக்கட்டும்; மேடாக இருக்கட்டும்; இடம் எப்படியானால்தான்

என்ன? எந்த இடத்தில் ஆடவர் நல்லவராக உள்ளாரோ, அவ்விடத்தில் நிலமே நீதான் நன்முறையில் விளங்குகின்றாய்! அப்படிப்பட்ட நல்லவரால் நன்முறையில் விளங்கும் நிலமே! நீதான் நன்கு வாழ்வாயாக!

புறநானூறு, 187

வாயிலோயே! வாயிலோயே!
வள்ளியோர் செவிமுதல் வயங்குமொழி வித்தித் தாம்
உள்ளியது முடிக்கும் உரனுடை உள்ளத்து
வரிசைக்கு வருந்தும் இப் பரிசில் வாழ்க்கைப்
பரிசிலர்க்கு அடையா வாயிலோயே!
கடுமான் தோன்றல் நெடுமான் அஞ்சி
தன்அறி யலன்கொல்? என் அறி யலன்கொல்?
அறிவும் புகழும் உடையோர் மாய்ந்தென,
வறுந்தலை உலகமும் அன்றே; அதனால்,
காவினெம் கலனே; சுருக்கினெம் கலப்பை;
மரம்கொல் தச்சன் கைவல் சிறாஅர்
மழுஉடைக் காட்டகத்து அற்றே
எத்திசைச் செலினும் அத்திசைச் சோறே.

திணை : பாடாண் திணை; துறை : பரிசில் துறை.

வாயில் காப்போனே! வாயில் காப்போனே! வள்ளல்தன்மை கொண்டவர் செவிகளில் விளக்கமான சொற்களை விதைத்துப் பரிசில் பெற்றுத் தாம் எண்ணியதை முடிக்கும் வலிமைகொண்ட நெஞ்சமும், மேன்மையினைப் பெற வருந்தும் தன்மையுமுடைய பரிசிலர்க்கு அடைக்காத வாயில் காப்போனே! அதியமான் அஞ்சி, தன்னுடைய தரத்தை அறிய மாட்டானோ? இல்லை, எனது தரத்தை அறிய மாட்டானோ? அறிவோடு புகழும் உடையவர் வறுமையால் மாண்டார் எனும் வறுமைக்குரிய உலகமும் அன்று இது. எனவே இசைக் கருவிகளைக்கொண்ட என் காவினை எடுத்தேன்; முட்டுக் கட்டினேன்; மரம் பிளக்கும் தச்சனுடைய தொழில் வல்லார் காட்டுக்குச் சென்றால், ஏதேனும் ஒரு மரந்தான் கிடைக்காமல் போகுமோ? அதுபோலவே இந்தப் பேருலகில் எந்தத் திசை நோக்கிச் சென்றாலும், அந்தத் திசையில் எமக்குச் சோறானது நிச்சயம் கிடைக்கும்.

புறநானூறு, 206

எறி புனக் குறவன் குறையல் அன்ன
கரிபுற விறகின் ஈம ஒள்அழல்,
குறுகினும் குறுகுக. குறுகாது சென்று,
விசும்புற நீளினும் நீள்க பசுங்கதிர்த்
திங்கள் அன்ன வெண்குடை
ஞாயிறு அன்னோன் புகழ்மா யலவே.

திணை : பொதுவியல்; துறை : கையறுநிலை.

எரிந்த தினைப்புனத்தில் குறவன் வெட்டிய துண்டைப் போன்று கரிந்த பக்கத்தையுடைய விறகுகொண்ட ஈமத்தீயில், அதியமான் நெடுமான் அஞ்சியின் உயிரற்ற உடல் உள்ளது. அந்த ஈமத்தீ, அவன் உடலைச் சிதைக்காமல் குறையினும் குறைக! இல்லையேல், குறையாமல் விண்ணளவு முட்டச் சென்று நிறையினும் நிறைக! ஆயினும், திங்களைப் போன்ற வெண்கொற்றக்குடை கொண்ட ஞாயிறு போன்ற அஞ்சியின் புகழோ எந்நாளும் அழியாதது.

புறநானூறு, 231

இல்லா கியரோ, காலை மாலை!
அல்லா கியர்யான் வாழும் நாளே!
நடுகல் பீலி சூட்டி, நார்அரி
சிறு கலத்து உகுப்பவும் கொள்வன் கொல்லோ
கோடு உயர் பிறங்கு மலை கெழீஇய
நாடு உடன் கொடுப்பவும் கொள்ளா தோனே?

திணை : பொதுவியல்; துறை : கையறுநிலை.

அதியமான் அஞ்சியின் நடுகல்லை நாட்டி, அதற்கு மயிற்பீலியும் சூட்டி, நாரினால் வடிக்கப்பட்ட மதுவினைச் சிறிய கலங்கொண்டு பெய்கின்றீரே! அதனை அவன் கொள்வானோ? உயர்ந்த மலைகளில் மரங்கள் செறிந்த தமது நாடு முழுவதையும் கொடுத்தாலும் கொள்ளாத குணமுடையவன் அவன். அவன் மறைந்தபின் காலைப்பொழுதும் மாலைப்பொழுதும் இல்லையாகட்டும். எனது வாழ்நாளும் இல்லாது போகுமாக!

புறநானூறு, 232

சிறிய கட்பெறினே, எமக்கு ஈயும் மன்னே!
பெரிய கட் பெறினே!
யாம் பாட, தான் மகிழ்ந்து உண்ணும்; மன்னே!
சிறு சோற்றானும் நனி பல கலத்தன்; மன்னே!
பெருஞ் சோற்றானும் நனி பல கலத்தன்; மன்னே!
என்பொடு தடிபடு வழி எல்லாம் எமக்கு ஈயும்; மன்னே!
அம்பொடு வேல் நுழை வழி எல்லாம் தான் நிற்கும்; மன்னே!
நரந்தம் நாறும் தன் கையால்,
புலவு நாறும் என் தலை தைவரும்; மன்னே!
அருந் தலை இரும் பாணர் அகல் மண்டைத் துளை உரீஇ,
இரப்போர் கையுளும் போகி,
புரப்போர் புன்கண் பாவை சோர,
அம்சொல் நுண்தேர்ச்சிப் புலவர் நாவில்
சென்று வீழ்ந்தன்று, அவன்
அரு நிறத்து இயங்கிய வேலே!
ஆசு ஆகு எந்தை யாண்டு உளன்கொல்லோ?
இனி, பாடுநரும் இல்லை; பாடுநர்க்கு ஒன்று ஈகுநரும் இல்லை;
பனித்துறைப் பகன்றை நறைக்கொள் மாமலர்
சூடாது வைகியாங்கு, பிறர்க்கு ஒன்று
ஈயாது வீயும் உயிர் தவப் பலவே!

திணை : பொதுவியல்; துறை :கையறுநிலை.

அஞ்சியின் அரிய மார்பில் தைத்த வேலானது, பாணரின் கலங்களைத் துளைத்து, இரவலர் கைகளை ஊடுருவிச் சுற்றத்தார் கண்ணொளியை மங்கச் செய்து, நுண்ணறிவாளர் நாவிலும் சென்று தைத்தது! சிறிதளவு மதுவே பெற்றால், அதனை எமக்கே அளிப்பான். பெரிதளவு பெற்றால் அதனை உண்டு நாம் பாட எமக்களிப்பதோடு அவனும் பருகுவான். சிறிதளவு சோறாயினும், பலருடன் சேர்ந்தே உண்பான். பெரிதளவு சோறாயினும், மிகப்பலருடன் சேர்ந்தே உண்பான். வேட்டைப் பொருள்களை எல்லாம் எமக்களிப்பான். அம்பும் வேலும் நுழைகின்ற போர்க்களம் யாவும் தானே நிற்பான். நரந்தப் பூவின் நாற்றம் வீசும் தன் கையால், புலால் நாறும் என் தலையில் அன்புடன் தடவி மகிழ்வான். அப்படிப்பட்டவனா

இறந்துபட்டனன்? எமக்கு உயிர்த்துணையாகிய எம் தலைவனாக விளங்கியவன் எங்கிருக்கிறான்? இனிப் பாடுவாரும் இல்லை, பாடுவார்க்குப் பரிசில் தருவாரும் இல்லை. குளிர்ச்சியான நீர்த்துறையில் உள்ள தேன் பொருந்திய பகன்றைப் பெரும் பூ சூடப்படாது கழிந்தாற்போல, பிறர்க்கு ஒரு பொருளையும் கொடுக்காமல் மாய்ந்திடும் உயிர்கள் மிகப் பலவாகும்.

புறநானூறு, 235

குயில்வாய் அன்ன கூர்முகை அதிரல்
பயிலாது அல்கிய பல்காழ் மாலை
மைஇரும் பித்தை பொலியச் சூட்டி,
புத்தகல் கொண்ட புலிக்கண் வெப்பர்
ஒன்று இருமுறை இருந்து உண்ட பின்றை,
உவலைக் கண்ணித் துடியன் வந்தென,
பிழிமகிழ் வல்சி வேண்ட, மற்று இது
கொள்ளாய் என்ப, கள்ளின் வாழ்த்தி;
கரந்தை நீடிய அறிந்து மாறு செருவில்
பல்ஆன் இனநிரை தழி இய வில்லோர்,
கொடுஞ் சிறைக் குரூஉப் பருந்து ஆர்ப்ப,
தடிந்து மாறு பெயர்த்தது, இக்கருங் கை வாளே.

திணை : வெட்சி; துறை : உண்டாட்டு.

குயிலின் வாய் போன்ற கூரிய அரும்புகளையுடைய புனலிக் கொடியினது பூக்களால் தொடுக்கப்பெற்ற மாலையைக் கரிய தலைமயிர் அழகுறச் சூட்டிப் புதிய கலத்தின் வெம்மையான கள்ளை ஒன்றுக்கு இருமுறை இருந்து பருகினாய். அப்போது வெட்சி கொள்கவெனக் கொட்டும் துடியொலி கேட்டது. அப்போது எழுந்த நீ, வடித்த கள்ளை ஏந்தி அருந்துமாறு நிற்பவர் வேண்டியும், அதனை வாழ்த்திப் போருக்கு உடன் எழுந்தாய். கரந்தையாரோ மிகப் பலராயும், மறைந்து போர் செய்பவராயும் இருந்தனர். அப்படியிருந்தும், அவரை வென்று ஆநிரை கொண்டு மீண்டும் வந்தாய். வளைந்த சிறகினையுடைய வண்ணப் பருந்துகள் ஆரவாரிக்கும்படி வில் மறவர்களைக் கொன்று எதிர்ப்பைப் போக்கியது மிகப்பெரிய கைவாள்தானே.

புறநானூறு, 269

வெள்ளை வெள்யாட்டுச் செச்சை போலத்
தன்ஓர் அன்ன இளையர் இருப்ப,
பலர்மீது நீட்டிய மண்டை என் சிறுவனைக்
கால்கழி கட்டிலில் கிடப்பி,
தூவெள் அறுவை போர்ப்பித் திலதே!

திணை : கரந்தை; துறை : வேத்தியல்.

வெள்ளிய நிறத்தையுடைய வெள்ளாட்டுக் கிடாய்போல, என் மகனை ஒத்த இளைய மறவர் பலர் சூழ இருப்பினும், விழா நாளில் பலருக்கும் வழங்கிய கள்ளைத் தானும் பெற்ற என் மகன், அவரெல்லாம் மாளத் தான் மட்டும் பாடையில் செல்லாமல் வென்று மீளும் உயர்நிலையை அடைந்தான்.

புறநானூறு, 286

இவற்குஈத்து உண்மதி, கள்ளே; சினப்போர்
இனக்களிற்று யானை, இயல்தேர்க் குருசில்!
நுந்தை தந்தைக்கு இவன் தந்தை தந்தை,
எடுத்துஎறி ஞாட்பின் இமையான், தச்சன்
அடுத்துஎறி குறட்டின், நின்று மாய்ந்தனனே;
மறப்புகழ் நிறைந்த மைந்தினோன் இவனும்,
உறைப்புழி ஓலை போல,
மறைக்குவன் பெரும! நிற் குறித்துவரு வேலே.

திணை : கரந்தை; துறை : குடிநிலை உரைத்தல்

கோபமடைந்து செய்யும் போரினையும், களிற்றியானை இனத்தையும், வடிவமைக்கப்பட்ட தேர்களையும் உடைய தலைவனே! உன் தந்தையின் தந்தைக்கு இவன் தந்தையின் தந்தை மெய்க்காவலனாக இருந்தான். உன் பாட்டன்மீது பகைவர் விடுத்த வேலைத் தன் மார்பில் தாங்கிச் சுழலும் சக்கரத்தில் தச்சன் வனையும் குடம் போல, வேல்கள் பாயவும் இவன் பாட்டன் மாண்டான். இவனும் மாவீரம் படைத்தவன். கதிரின் வெம்மையை ஓலைக்குடை தடுத்தல் போல, உன்னை நோக்கி வரும் வேலையும் தடுத்துக் காக்கும் ஆற்றலாளன் இவன். ஆதலின், கள்ளினை முதற்கண் இவனுக்குத் தந்து பின்னர் நீ அருந்துக!

புறநானூறு, 290

கடல்கிளர்ந் தன்ன கட்டூர் நாப்பண்,
வெந்துவாய் மடித்து வேல்தலைப் பெயரி,
தோடுஉகைத்து எழுதரூஉ, துரந்துஎறி ஞாட்பின்,
வருபடை போழ்ந்து வாய்ப்பட விலங்கி,
இடைப்படை அழுவத்துச் சிதைந்து வேறாகிய,
சிறப்புடை யாளன் மாண்புகண் டருளி,
வாடுமுலை ஊறிச் சுரந்தன
ஓடாப் பூட்கை விடலை தாய்க்கே.

திணை : கரந்தை; துறை : உவகைக் கலுழ்ச்சி.

கடல் கொந்தளித்தது போன்ற பாசறையுடன்கூடிய போர்க்களத்தின் நடுவில், கூர்மையான வேலைக் கைப்பற்றியவனாய்ப் பகைப்படையைப் பிளந்து அழித்தான் ஒரு வீரன். அக்களத்தின் ஊடே பகைவரும் அவனைத் தாக்கி உடலைச் சிதைந்துவிட்டனர். புறங்கொடாக் கொள்கையாளனாகிய அவனுடைய தாய், அவன் வீரமரணம் அடைந்த நிலை கண்டு, மிகவும் மகிழ்ந்தவளாய் இருந்தாள். அந்நிலையில் அவளின் வற்றிய முலைகள் பாலூறிச் சுரந்தன.

புறநானூறு, 295

களர்ப்படு கூவல் தோண்டி, நாளும்,
புலைத்தி கழீஇய தூவெள் அறுவை
தாதுஎரு மறுகின் மாசுண இருந்து,
பலர்குறை செய்த மலர்தார் அண்ணற்கு
ஒருவரும் இல்லை மாதோ, செருவத்து;
சிறப்புடைச் செங்கண் புகையஓர்
தோல்கொண்டு மறைக்கும் சால்பு உடை யோனே.

திணை : கரந்தை; துறை : பாண்பாட்டு

உவர்நிலத்தில் கிணறு தோண்டித் துணிவெளுப்பவள் அன்றாடம் துவைத்துத் தரும் தூய வெள்ளுடையை அணிந்து செல்பவனாயினும் பூந்தாது கொள் மன்றில் அவ்வாடையும் அழுக்குற்று அது கருதாமல் பலர் குறையும் கேட்டு வேண்டுவன செய்யும் மலர்மாலை அணிந்த எம் தலைவனுக்குப் போர்த்துணையாக ஒருவரும் இல்லையென அருட்கண்கள் கோபத்தால் சிவந்து அழல் எழக், கேடயங்கொண்டட பகைவர்

முன்னர்தானே தன்னைக் காத்துக்கொள்ளும் பேராற்றல் படைத்தவன் அவன்.

புறநானூறு 311.

உடையன் ஆயின் உண்ணவும் வல்லன;
கடவர் மீதும் இரப்போர்க்கு ஈயும்;
மடவர் மகிழ்துணை நெடுமான் அஞ்சி
இல்இறைச் செரீஇய ஞெலிகோல் போல,
தோன்றாது இருக்கவும் வல்லன்; மற்றதன்
கான்றுபடு கனைஎரி போல
தோன்றவும் வல்லன் தான் தோன்றுங் காலே.

திணை : வாகை; துறை : வல்லாண் முல்லை.

உணவிருப்பின், இரவலருக்குத் தந்து தானும் உண்பவன்; வேண்டாராயினும் அறியாராயினும் இரவலராயின், அவர் மகிழுமாறு கொடுத்துத் துணையாக நிற்பவன் அதியமான் நெடுமான் அஞ்சி. அவன் வீட்டின் சிறைப்பில் செருகிய தீக்கடைக் கோல் போல் தன் வலிமையை வெளிப்படுத்தாமல் ஒடுக்கியிருக்கவும், அதனைக் கடையும்போது வெளிப்படும் தீயைப்போல வலிமையைக் காட்டும் இடத்தில் வெளிப்படுத்தவும் வல்லவன் ஆவான்.

புறநானூறு, 315

நாகத்து அன்ன பாகுஆர் மண்டிலம்
தமவே ஆயினும் தம்மொடு செல்லர்,
வேற்றோர் ஆயினும் நோற்றோர்க்கு ஒழியும்
ஏற்ற பார்ப்பார்க்கு ஈர்ங்கை நிறையப்
பூவும் பொன்னும் புனல்படச் சொரிந்து
பாசிழை மகளிர் பொலங்கலத்து ஏந்திய
நார்அரி தேறல் மாந்தி, மகிழ்சிறந்த,
இரவலர்க்கு அருங்கலம் அருகாது வீசி,
வாழ்தல் வேண்டும். இவண் வரைந்த வைகல்,
வாழச் செய்த நல்வினை அல்லது
ஆழுங் காலைப் புணைபிறிது இல்லை,
ஒன்றுபுரிந்து அடங்கிய இருபிறப்பாளர்
முத்தீப் புரையக் காண்தக இருந்த
கொற்ற வெண்குடைக் கொடித்தேர் வேந்திர் !

யான்அறி அளவையோ இதுவே வானத்து
வயங்கித் தோன்றும் மீனினும், இம்மெனப்
பரந்து இயங்கு மாமழை உறையினும்
உயர்ந்துமேந் தோன்றிப் பொலிகநும் நாளே!

திணை : பாடாண்திணை; துறை : வாழ்த்தியல்.

நாகலோகம் போன்ற வளமான பகுதிகளையுடைய நிலப்பரப்பு நம்முடையது என உரிமை உடைய மன்னராயினும், அவர் இறக்கும்போது அந்நிலம் அவருடன் மறைந்தொழியாது. அயலார் வலியவரானால், அந்நிலப்பரப்பு அவருடையதாகும். எனவே இரந்திடும் பார்ப்பார்க்குப் பூவுடன் பொன்னும் நீரும் வார்த்துத் தருக! மகளிர் பொற்கலத்தில் தரும் கள்ளை உண்டு மகிழந்து, இரவலருக்கு, அருங்கலம் குறையாமல் வழங்கி வாழ்தல் வேண்டும். ஆய்ந்து பார்ப்பின், உயிருள்ளவரை புகழுடன் நிலைபெற வாழச் செய்வன நல்வினைகளேயல்லாமல் வேறெதுவும் நம்மைக் கரை சேர்க்காது. புலன்களை அடக்கி வாழும் இருபிறப்பாளர் செய்யும் வேள்வித் தீயினைப் போல் அழகுமிளிர வீற்றிருந்த வெண்கொற்றக்குடையும் கொடி உயர்த்திய தேருமுடைய தேர் வேந்தரே! யான் அறிந்த வாழ்விலக்கணம் இதுவே. வானத்து வீண்மீனைக் காட்டிலும், மழைத்துளிகளைக் காட்டிலும் நெடுநாள் பொலிக உம் வாழ்நாள்!

புறநானூறு, *367*

அறவை நெஞ்சத்து ஆயர், வளரும்
மறவை நெஞ்சத்து தாய் இலாளர்,
அரும்பலர் செருந்தி நெடுங்கான் மலர்கமழ்,
விழவணி வியன்கள மன்ன முற்றத்து,
ஆர்வலர் குறுகின் அல்லது, காவலர்
கடனவிலும் குறுகாக் கடியுடை வியன்நகர்,
மலைக்கணத்து அன்ன மாடம் சிலம்ப, என்
அரிக்குரல் தடாரி இரிய ஒற்றிப்
பாடி நின்ற பன்னாள் அன்றியும்,
சென்ற ஞான்றைச் சென்றுபடர் இரவின்
வந்ததற் கொண்டு, 'நெடுங்கடை நின்ற
புன்தலைப் பொருநன் அளியன் தான்' எனத்,

தன்உழைக் குறுகல் வேண்டி, என்அரை
முதுநீர்ப் பாசி அன்ன உடை களைந்து,
திருமலர் அன்ன புதுமடிக் கொளீஇ,
மகிழ்தரல் மரபின் மட்டே அன்றியும்,
அமிழ்தன மரபின் ஊன்துவை அடிசில்
வெள்ளிவெண் கலத்து ஊட்டல் அன்றி,
முன்னூர்ப் பொதியில் சேர்ந்த மென்நடை
இரும்பேர் ஒக்கல் பெரும்புலம்பு அகற்ற,
அகடுநனை வேங்கை வீகண் டன்ன
பகடுதரு செந்நெல் போரொடு நல்கிக்,
'கொண்டி பெறுக!' என் றோனே; உண்துறை
மலைஅலர் அணியும் தலைநீர் நாடன்,
கண்டார் கொண்டுமனை திருந்தடி வாழ்த்தி,
... ...
வான்அறி யலவென் பாடுபசி போக்கல்;
அண்ணல் யானை வேந்தர்
உண்மையோ, அறியலர், காண்பறி யலரே!

திணை : பாடாண்திணை; துறை :இயன்மொழி.

அறம்புரியும் மனமுடைய ஆயர்களும் மறம் பொருந்திய நெஞ்சமுடன் சிறுகுடியில் வாழ்பவரும் கூடி விழாக் கொண்டாடும் அரும்பு மலர்ந்த செருந்தி நிறைந்த மன்றம் போன்ற நெடுமான் அஞ்சியின் முற்றத்தினை ஆர்வலர் சேரலாமேயன்றி, பகைத்த காவலர் கனவிலும் அடைதல் அரிது. அத்தகு காவலுடைய பெருநகரில் குன்றுகள் போன்ற மாடங்கள் எதிரொலிக்க எனது தடாரியை ஒலித்து அவன் புகழ் பாடி நின்றேன். பல நாள்களுமன்று; சென்ற நாளில் அன்றைய இரவிலேயே தமது நெடுமுனை முன்றிலில் நின்று பாடும் புல்லிய தலையையுடைய பொருநன் இரங்கத்தக்கவன் என்று தன்பால் வரச்செய்து என் இடையிலிருந்த பழைய நீர்பபாசி போன்ற உடையைப் போக்கிப் புதிய மலர் போன்ற உடை உடுத்தச் செய்தான். மகிழ்வு தரும் கள்ளும் அமிழ்தனைய ஊன்துவை உணவும் வெள்ளிக்கலத்தில் வைத்து உண்ணச் செய்தான். அன்றியும், ஊர்ப்புறத்தே பசித்திருந்த என் சுற்றத்தாரின் பசி போக்க, எருதுகளைக் கொண்டு விளைவித்த செந்நெல்லை நெற்போரோடு தந்தான். 'எல்லாமும் பெறுக!' என்றான். மலையினில் பூத்த

மலர்களைக் கொணர்ந்து ஒதுக்கும் நீரால் வளம் பொருந்திய நாட்டையுடையவன் தலைமை அமைந்த யானையுடைய, வேந்தன் உள்ளதையும், அவனைக் காண்பதையும் உணராதவரே, பிறரைக் கண்டு, அவரடி வாழ்த்தித் துன்புற்று, வானம் பொய்த்ததே! என வாடுவோராவர்.

புறநானூறு, 390

மதிஏர் வெண்குடை அதியர் கோமான்,
கொடும்பூண் எழினி, நெடுங்கடை நின்றுயான்
பசலை நிலவின் பனியடு விடியல்,
பொருகளிற்று அடிவழி அன்ன, என்கை
ஒருகண் மாக்கினை ஒற்றுபு கொடாஅ,
'உருகெழு மன்னர் ஆர்எயில் கடந்து,
நிணம் படு குருதிப் பெரும்பாட்டு ஈரத்து
அணங்குடை மரபின் இருங்களந் தோறும்,
வெள்வாய்க் கழுதைப் புல்இனம் பூட்டி,
வெள்ளை வரகும் கொள்ளும் வித்தும்
வைகல் உழவ! வாழிய பெரிது' எனச்
சென்றுயான் நின்றனெ னாக, அன்றே,
ஊர்உண் கேணிப் பகட்டு இலைப் பாசி
வேர்புரை சிதாஅர் நீக்கி, நேர்கரை
நுண்நூல் கலிங்கம் உடீஇ, உண் எனத்
தேட்கடுப்பு அன்ன நாட்படு தேறல்
கோள்மீன் அன்ன பொலங்கலத்து அளைஇ,
ஊண்முறை ஈத்தல் அன்றியும், கோள்முறை
விருந்துஇறை நல்கியோனே அந்தரத்து
அரும்பெறல் அமிழ்தம் அன்ன
கரும்புஇவண் தந்தோன் பெரும்பிறங் கடையே.

திணை : பாடாண்திணை; துறை : கடைநிலை

திங்கள் போன்ற வெண்கொற்றக்குடை நிழல் செய்யும் அதியர் கோமான் எழினியினுடைய மனையின் நீண்ட கடைவாயிலில், இளநிலவு ஒளிரும் பனிபொழியும் விடியற் காலை நேரத்தில்,

யானையின் காலடி போன்ற கிணைப் பறையை முழக்கி நின்றேன். திறை செலுத்தா மன்னரின் மதில்களைத் தவறாமல் போரிட்டழித்துப் போரில் வென்று, தசையும் குருதியும் தோய்ந்த பெருக்கால் உண்டாகிய ஈரமான, துன்பம் தரும் அணங்கு உறையும் பெரிய போர்க்களந்தோறும் வெள்வாய்க் கழுதை பூட்டி உழுது வெள்ளை வரகும் கொள்ளும் விதைக்கும் இடையறாத வெற்றியுடைய வேந்தனே! நீடு வாழ்வாயாக என வாழ்த்தினேன். அப்போதே ஊரினர் நீர் கொள்ளும் கிணற்றுநீரில் படரும் பாசியின் வேர் போன்ற கிழிந்த என் ஆடையைக் களைந்து, நேரான கரையும் மெல்லிய நூலும் பொருந்திய தூய ஆடையைத் தந்து, அணியச் செய்து தேளினது கடுப்புப் போன்ற புளித்த கள்ளினை வெள்ளிமீன் போன்ற பொன் கிண்ணத்தில் ஊற்றித் தந்தான். அல்லாமல் முறையான விருந்தும் தந்து மகிழ்வித்தான். பெறுதற்கரிய அமுதம் போன்ற கரும்பை இங்குக்கொண்டு வந்தவனின் வழித்தோன்றலாகிய பொகுட்டெழினி வாழ்க!

புறநானூறு, *392*

கச்சிப்பேட்டு நன்னாகையார்

கேட்டிசின் வாழி தோழி! அல்கல்,
பொய்வலாளன் மெய்உற மரீஇ
வாய்த்தகைப் பொய்க்கனா மருட்ட, ஏற்றுஎழுந்து,
அமளிதை வந்தனனே; குவளை
வண்டு படு மலரின் சா அய்த்
தமியென; மன்ற அளியென் யானே!

அன்புத் தோழியே நீ கேட்பாயாக! வாழ்வாயாக! இரவுப்பொழுதில் வருவதாகக் குறித்த நாளில் வராமல், பொய்யில் வல்லவனாகிய தலைவன், என் உடம்புடன் அணைத்துப் பொருந்திய மெய் போன்ற பொய்யாகிய கனவு தோன்றி, எனக்கு மயக்கத்தை உண்டாக்கிற்று. அம்மயக்கத்தினின்றும் விடுபட்டு, விழித்தெழுந்து, அருகில் அவன் உள்ளானோ எனத் தடவிப் பார்த்தேன். வண்டு மொய்த்த குவளை மலரைப் போல மாறுபட்டு, அவனைக் காணாமல் தனியொருத்தியாய் இருந்ததையும் கண்டேன். அப்படிப்பட்ட நான், உறுதியாக இரக்கத்திற்கே உரியவள் ஆனேன்.

குறுந்தொகை 30; பாலை

தாஅவல் அஞ்சிறை நொப்பறை வாவல்
பழுமரம் படரும் பையுள் மாலை,
எமியம் ஆக ஈங்குத் துறந்தோர்
தமியர் ஆக இனியர் கொல்லோ?
ஏழ்ஊர்ப் பொதுவினைக்கு ஓர்ஊர் யாத்த
உலைவாங்கு மிதிதோல் போலத்
தலைவரம்பு அறியாது வருந்தும், என்நெஞ்சே.

வலியும் வனப்பும் மிகுந்த சிறகுகளையும், மென்மையாகப் பறத்தலையும் கொண்ட வௌவால் தனிமைக்குத் துன்பம் தரும் மாலைப்பொழுதிலே, பழங்கள் பழுத்த மரத்தை நாடிச் செல்லும். அந்நேரத்திலே நான் தனியாக இருக்குமாறு இங்கு வைத்துப் பிரிந்து சென்றவர், சென்ற இடத்தில் அவரும் தனியாக இருந்து மகிழ்வடைவாரோ? ஏழூர் மக்களுக்குப் பொதுவாகிய தொழிலுக்காக, ஓர் ஊரில் அமைக்கப்பெற்ற உலையில் உள்ள

துருத்தியைப் போல என் உள்ளமும் அளவற்ற துன்பத்தைப் பெறுகின்றதே.

குறுந்தொகை *172;* நெய்தல்

பழூஉப்பல் அன்ன பரு உகிர்ப் பாவடி
இருங்களிற்று இனநிரை ஏந்தல்வரின், மாய்ந்து,
அறைமடி கரும்பின் கண்ணிடை அன்ன
பைதல்ஒரு கழை நீடியசுரன் இறந்து,
எய்தினர் கொல்லோ பொருளே அல்குல்
அவ்வரி வாடத் துறந்தோர்
வன்பர் ஆகத்தாம் சென்ற நாட்டே?

பேயின் பற்கள் போன்ற பெரிய நகங்களை உடைய பரந்த அடிகளைக் கொண்டிருப்பவை களிற்றினம். அக்களிற்றினத் தலைவன் வந்து சேரின் அவை அழித்து, வயலின்கண் உள்ள கரும்புகள் முறிந்து வீழ்ந்தன. அந்தக் கரும்பைப் போன்றே வருத்தமுறும் ஒற்றை மூங்கில் வளர்ந்து நிற்பது பாலை. அல்குலின் அழகுத் தேமல் வாடுமாறு கொடுமனத்தராகப் பிரிந்து சென்ற தலைவர், அந்தப் பாலையைக் கடந்து, தான் போன நாட்டினில் பொருளினைப் பெற்றாரோ இல்லையோ?

குறுந்தொகை *180;* பாலை

'ஈங்கே வருவர், இணையல், அவர்' என,
அழா அற்கோ இனியே, நோய்நொந்து உறைவி
மின்னின் தூவி இருங்குயில், பொன்னின்
உரைதிகழ் கட்டளை கடுப்ப, மாச் சினை
நறுந்தாது கொழுதும் பொழுதும்
வறுங்குரற் கூந்தல் தைவரு வேனே.

'காமநோய் காரணமாக வருந்தி இருப்பவளே! தலைவர் இங்கே திரும்பி வருவார் எனவே வருந்தாதே' என்று நீ சொல்வதனால் நான் அழாமல் இருப்பேனோ? மின்னொளி போன்ற இறகுகளை உடையது கருங்குயில். அது பொன்னை உரைத்துப் பார்க்கும் கட்டளைக் கல்போலத் தன்னுடல் விளங்குமாறு மாமரக்கிளையில் இருந்து நறுமணப் பூந்தாதினைச் சுவைத்து மகிழும் இளவேனிற் காலமும் இதுவே. இந்தப் பருவத்திலும் அவரைப் பிரிந்தமையால், புனையப்படாத எனது வெறுமையான கூந்தலைத் தடவுவேன்.

குறுந்தொகை *192;* பாலை

யாதுசெய் வாம்கொல் தோழி நோதக
நீர்எதிர் கருவிய கார் எதிர் கிளைமழை
ஊதைஅம் குளிரொடு பேதுற்று மயங்கிய
கூதிர் உருவின் கூற்றம்
காதலர்ப் பிரிந்த எற்குறித்து வருமே?

அன்புத் தோழியே! நான் துன்பம் அடையுமாறு நீர் பொழிய மின்னும் கார்காலத்தை நோக்கிப் பெய்த மழையானது, ஊதைக் காற்றின் குளிருடன் மிகவும் மருண்டு கலங்கிக் குளிர்கால உருவத்தை ஏற்ற கூற்றமெனக் காதலரைப் பிரிந்துள்ள என்னைக் கொல்ல நினைத்து வருகின்றதே! என்ன செய்வேன்?

குறுந்தொகை 197; நெய்தல்

அம்ம வாழி தோழி காதலர்
இன்னே கண்டும் துறக்குவர் கொல்லோ
முந்நால் திங்கள் நிறைபொறுத்து அசைஇ
ஒதுங்கல் செல்லாப் பசும்புளி வேட்கைக்
கருஞ்சூல் மகளிர் போல நீர்கொண்டு,
விசும்புஇவர் கல்லாது தாங்குபு புணரி,
செழும்பல் குன்றம் நோக்கி,
பெருங்கலி வானம் ஏர்தரும் பொழுதே?

அன்புத் தலைவியே! நீ வாழ்வாயாக! பன்னிரண்டு மாதங்கள் கருச்சுமையைத் தாங்கி மெலிந்து, பச்சைப்புளியை விரும்பியுண்ணும் விருப்பினராய் நடக்கவியலாமல் தவிக்கும் தலைச்சூலையுடைய மகளிர்போல நீரை முகந்துகொண்டு, வான மண்டலத்தில் மேலும் உயராமல் நீரினைத் தாங்கியவாறு ஒன்றோடொன்று சேர்ந்து வளமையுடைய மலைகள் பலவற்றை நோக்கிப் பெருமுழக்கமிடும் மேகங்கள் விரைந்து செல்லும் கார்காலம் இதனைக் கண்ட பின்னரும், காதலர் நம்மைப் பிரிந்து வராமல் இருப்பாரோ?

குறுந்தொகை 287; முல்லை

கழார்க்கீரன் எயிற்றியார்

மாசுஇல் மரத்த பலிஉண் காக்கை
வளிபொரு நெருஞ்சினை தளியொடு தூங்கி,
வெல்போர்ச் சோழர் கழாஅர்க் கொள்ளும்,
நல்வகை மிகுபலிக் கொடையோடு உகுக்கும்
அடங்காச் சொன்றி, அம்பல் யாணர்
விடக்குடைப் பெருஞ்சோறு, உள்ளுவன இருப்ப,
மழைமைந்து உற்ற மால்இருள் நடுநாள்,
தாம்நம் உழைய ராகவும், நாம்நம்
பனிக்கடு மையின் நனியெரிது அழுங்கி,
துஞ்சாம் ஆகலும் அறிவோர்
அன்பிலர் தோழி நம் காதலோரே.

பலிச்சோறு உண்ணும் காக்கை, வெற்றியடையும் போரைச் செய்யும் சோழருடைய கழார் என்னும் ஊரில் மாசற்ற மரத்திலுள்ள காற்று மோதும் நெடிய கிளையில் அமர்ந்து மழைத்துளியில் அசைந்துகொண்டிருக்கும். கொள்ளத்தகுந்த நல்லவகையான மிகுந்த பலிக்கொடையோடு போடப்படும் அடங்காத சோற்றுத் திரள்களோடு அழகிய புது வருவாய் போன்ற இறைச்சியுடைய பெருஞ்சோற்றுத் திரள்களையும் நினைத்துக்கொண்டு உட்கார்ந்திருக்கும். மழை பொழிந்த மயக்கமான இருளையுடைய நடுநிசியில் காதலர் பக்கத்தில் இருக்கவும் நாம் கடுங்குளிரால் மிகப்பெரிதும் துன்புற்று உறங்காமல் இருந்ததையும் அறிந்தவர் இப்பொழுது அன்பிலாதவராக உள்ளார்.

நற்றிணை 281; பாலை

நோகோ யானே, நோம் என் நெஞ்சே
'பனிப்புதல் ஈங்கை அம்குழை வருட,
சிறைகுவிந் திருந்த பைதல்வெண் குருகு,
பார்வை வேட்டுவன், காழ்களைந் தருள,
மாரி நின்ற, மையார் அற்சிரம்

யாம்தன் உழையம் ஆகவும், தானே,
எதிர்த்த தித்தி முற்றா முலையள்,
கோடைத் திங்களும் பனிப்போள்
வாடைப் பெரும்பனிக்கு என்னள்கொல்? எனவே.

பொருள் விரும்பி என்னை நொந்துகொள்ளும் என் மனமே! படர்ந்த தேமலையும் இளைய முலைகளையுமுடைய என் காதலி, நான் அவள் அருகில் பிரியாதிருந்த கோடைப் பருவத்திலும் நடுங்குபவள். குளிர்ந்த புதரிலுள்ள ஈங்கையின் அழகிய தளிர் தடவித் தன்னுடைய சிறகுகளைக் குவிந்திருந்த வருத்தமிக்க வெண்மையான கொக்கைப் பார்வையாக்கி, வேட்டுவன் அதன் கால்கட்டை அவிழ்த்துவிட கார் காலத்திலும், பகல் இரவு என்று அறியமுடியாதபடி மயங்கியிருக்கும் கூதிர் காலத்திலும் வாடைக் காற்றோடு கலந்து வீசும் பனிக் காலத்திலும் தனியாக இருந்து என்ன பாடுபடுவாளோ என்று நான் வருந்துகிறேன்.

நற்றிணை 312; பாலை

நாண்இல் மன்ற எம் கண்ணே நாள்நேர்பு,
சினைப்பசும் பாம்பின் சூல்முதிர்ப் பன்ன
கனைத்த கரும்பின் கூம்புபொதி அவிழ
நுண்உறை அழிதுளி தலைஇய
தண்வரல் வாடையும், பிரிந்திசினோர்க்கு அழலே.

தலைவர் பிரிந்தபோது, இவ்வளவு நாள் என உடன்பட்டுப் பிரியச் சம்மதித்தன என் கண்கள். ஆயின், கருவுற்ற பச்சைப் பாம்பின் சூல் முதிர்ச்சி போன்ற திரண்ட கரும்பின் குவிந்த அரும்பு மலரும்படிச் சிறுதுளிகளாகத் தொடங்கிப் பெருமழையாக மாறி வருவதாகிய குளிர்நிறை வாடைக் காற்று வீசும் பருவத்திலும் பிரிந்துறையும் தலைவருக்காக எம்கண்கள் அழுகின்றன; அவற்றுக்கு நாணமில்லை.

குறுந்தொகை 35, மருதம்

பழமழை பொழிந்தெனப் பதன் அழிந்து உருகிய
சிதட்டுக்காய் எண்ணின் சில்பெயற் கடைநாள்,
சேற்றுநிலை முனைஇய செங்கட் காரான்,
நள்ளென் யாமத்து, ‘ஐ’ எனக் கரையும்
அஞ்சுவரு பொழுதி னானும், என்கண்

துஞ்சா வாழி தோழி! காவலர்
கணக்காய் வகையின் வருந்தியென்
நெஞ்சுபுண் உற்ற விழுமத் தானே.

தோழியே! நீ வாழ்வாயாக! இரவுக்காவலர், நொடிப் பொழுதையும் கணக்கிட்டு ஆராயும்தன்மையைப் போல் நானும் இரவைக் கணக்கிட்டு வருந்தி, நெஞ்சமும் புண்பட்டுப் போனது; துன்பத்தால் கண்களும் உறங்கவில்லை. பழைய மழை பெய்த உள்ளீடற்ற காய்களைக்கொண்ட எள் பயிருடைய கார்கால இறுதி நாட்களில், சேற்றில் நிற்பதை விரும்பாத சிவந்த கண்களையுடைய எருமை, நள்ளிரவில் 'ஐ' என ஒலியெழுப்பும். அச்சமூட்டும் அந்த நேரத்திலும் கண்கள் உறங்காவாயின.

குறுந்தொகை *261*; குறிஞ்சி

விண் அதிர்பு தலைஇய, விரவுமலர் குழைய,
தண்மழை பொழிந்த தாழ்பெயற் கடைநாள்,
எமியம் ஆக, துனிஉளம் கூர,
சென்றோர் உள்ளிச் சிலவளை நெகிழ,
பெருநசை உள்ளமொடு வருநசை நோக்கி,
விளியும் எவ்வமொடு, அளியள் என்னாது
களிறுஉயிர்த் தன்ன கண்அழி துவலை
முளரி கரியும் முன்பனிப் பானாள்,
குன்று நெகிழ்ப்புஅன்ன குளிர்கொள் வாடை!
எனக்கே வந்தனை போறி! புனற்கால்
அயிர்இரு குப்பையின் நெஞ்சுநெகிழ்ந்து அவிழ,
கொடியோர் சென்ற தேஎத்து, மடியாது
இனையை ஆகிச் செல்மதி;
வினைவிதுப் புறுநர் உள்ளலும் உண்டே !

பல வகைப்பட்ட மலர்களும் குழைய வானத்தில் முழங்கிக்கூடிய குளிர்ந்த மேகம் பெய்த மழை தணிந்த கூதிர்க்காலத்தின் இறுதிநாளில் பிரிவுத்துன்பம் நெஞ்சத்தில் மிகுந்திட நான் தனித்திருக்குமாறு என்னைவிட்டுச் சென்ற தலைவரை நினைத்துச் சில வளைகள் சுழன்று விழப் பெரிதும் ஆர்வம்கொண்ட உள்ளத்துடன் மீண்டும் அவர்

வரும் திசையை நோக்கி வருந்தியிருந்தேன்; இறப்பதற்குக் காரணமான துன்பத்துடன் கூடி இருக்கின்றேன். இத்தகைய என்னை இவள் இரக்கத்துக்குரியவள் என எண்ணாமல், யானையானது நீரைக் குடித்துப் பெருமூச்சு விட்டதைப் போன்று கண் பார்வையை மறைக்கின்ற பனித்துளிகளால் தாமரை மலர்கள் கரிந்தழியும் பனிப்பருவத்தின் நள்ளிரவில் மலைகளையும் நடுங்கச் செய்வதைப் போன்ற குளிரையுடைய வாடைக் காற்றே! என்னையே வருத்த வந்தது போல் உள்ளாய்! நீர் ஓடும் வாய்க்காலிடத்து மணலான மேடு கரைவது போல் நெஞ்சம் நெகிழ்ந்து இளகிட, கொடியவரான தலைவர் சென்ற திக்கில் அயராமல் செல்வாயாக! அவ்வாறு சென்றால் பொருளை ஈட்டும் வேட்கைகொண்ட தலைவர் என்னை நினைத்து வருதலும் உண்டு.

அகநானூறு 163; பாலை

'பெய்து புறந்தந்த பொங்கல் வெண்மழை,
எஃகு உறு பஞ்சித் துய்ப்பட் டன்ன,
துவலை தூவல் கழிய, அகல்வயல்
நீடுகழைக் கரும்பின் கணைக்கால் வான்பூக்
கோடைப் பூளையின் வாடை யொடு துயல்வர,
பாசிலை பொதுளிய புதல்தொறும் பகன்றை
நீல்உண் பச்சை நிறம் மறைத்து அடைச்சிய
தோல்எறி பாண்டிலின் வாலிய மலர,
கோழிலை அவரைக் கொழுமுகை அவிழ,
ஊழ்உறு தோன்றி ஒண்பூத் தளைவிட,
புலழ்தொறும் குருகினம் நரல, கல்லென
அகன்றுஉறை மகளிர் அணிதுறந்து நடுங்க,
அற்சிரம் வந்தன்று அமைந்தன்று இதுஎன,
எப்பொருள் பெறினும் பிரியன் மினோ' எனச்
செப்புவல் வாழியோ, துணையுடை யீர்க்கே;
நல்காக் காதலர் நலன்உண்டு துறந்த
யாழ்படு மேனி நோக்கி, நோய்பொர,
இணர்இறுபு உடையும் நெஞ்சமொடு, புணர்வுவேட்டு,
எயிறுதீப் பிறப்பத் திருகி,
நடுங்குதும் பிரியின்யாம் கடும்பனி உழந்தே.

தோழி! கடலில் முகந்து வந்த நீரையெல்லாம் பெய்து திசைகளையெல்லாம் வெளியாக்கிய வெண்மேகம் கடையப்படும் பஞ்சின் துளிகள் பரந்து தோன்றியதைப் போன்று, சிறிய துளியையும் பெய்யாது ஒழிந்தது. அகன்ற வயலில் உள்ள நீண்ட தண்டையுடைய கரும்பின் பெரிய பூக்கள் கோடைக் காலத்துப் பூளைப் பூப்போன்று வாடைக் காற்றால் அசைந்திட, பசிய இலை அடர்ந்த புதர்தோறும் பகன்றை நீலம் ஊட்டப்பெற்ற தோலின் நிறம் மறையுமாறு கிடுகின் மேல் பதித்த வட்டக் கண்ணாடியைப் போல் வெண்மையாய் மலர, கொழுத்த இலையையுடைய அவரைக் கொடியின் அரும்புகள் விரிய, மருதோன்றியின் ஒள்ளிய பூக்கள் கட்டவிழ, புலங்கள்தோறும் நாரைகளின் கூட்டம் கல்லென்று ஒலிக்க, தம் தலைவரைப் பிரிந்த மகளிர் அழகிழந்து நடுங்கப் பனிப்பருவம் வந்தது. இந்தப் பருவமானது பொருள் வயின் பிரிவார்க்கு ஏற்ற ஒன்று என நினைத்து எத்தகைய சிறந்த பொருளைப் பெறுவதாய் இருந்தாலும் பிரியாதீர் என்று எமக்குத் துணையாய் உள்ள உமக்குக் கூறுவேன் என்று நீ தலைவருக்குக் கூறவும். அதைக் கேட்டும், எமக்கு அருள் செய்யாத காதலர் பிரிந்து செல்வாராயின் அவர் என் அழகை நுகர்ந்து கைவிட்ட பாழ் மேனியைக் கண்டு, அக்காம நோய் மேலும் வருத்துவதால், வலிமை அற்று உடையும் நெஞ்சத்துடன், அவருடன் புணர்தலை விரும்பிக் கடும்பனியால் வருந்திப் பற்களைத் தீயுண்டாகக் கடித்து நடுக்கம் கொள்வோம்.

அகநானூறு 217; பாலை

அம்ம வாழி, தோழி! பொருள்புரிந்து
உள்ளார் கொல்லோ, காதலர்? உள்ளியும்,
சிறந்த செய்தியின் மறந்தனர் கொல்லோ?
பயன்நிலம் குழைய வீசி, பெயல் முனிந்து,
விண்டு முன்னிய கொண்டல் மாமழை
மங்குல அற்கமொடு பொங்குபு துளிப்ப,
வாடையொடு நிவந்த ஆய்இதழ்த் தோன்றி
சுடர்கொள் அகலின் சுருங்குபிணி அவிழ,
கரிமுகிழ் முசுண்டைப் பொதிஅவிழ் வான்பூ
விசும்புஅணி மீனின் பசும்புதல் அணிய,

களவன் மண் அளைச் செறிய, அகல்வயல்
கிளைவிரி கரும்பின் கணைக்கால் வான்பூ
மாரிஅம் குருகின் ஈரிய குரங்க,
நனிகடுஞ் சிவப்பொடு நாமம் தோற்றி,
பனிகடி கொண்ட பண்புஇல் வாடை
மருளின் மாலையொடு அருள் இன்றி நலிய
'நுதல் இறை கொண்ட அயல்அறி பசலையொடு
தொல்நலம் சிதையச் சாஅய்,
என்னள்கொல் அளியள்?' என்னா தோரே.

தோழி வாழ்க! நான் சொல்வதைக் கேட்பாயாக! கரிய மேகம், பயனை அளிக்கும் நிலங்கள் நெகிழும்படிப் பெய்து, பின்னர் பெய்வதை வெறுத்து மலையைச் சேர்ந்தது. அது, இரவில் வந்து பொங்கித் துளிர்த்தது. வாடைக்காற்றால் உயர்ந்து அழகிய இதழையுடைய காந்தளின் அரும்புகள் சுடரையுடைய அகல் விளக்குப் போல் சுருங்கி விரிந்தன. சுரிந்த அரும்பையுடைய முசுண்டையின் கட்டவிழ்ந்த வெள்ளிய பூ வானை அழகுபடுத்தும் விண்மீன்களைப் போல் பசுமையான புதர்களை அழகுபடுத்தியது; நண்டு தனது வளைக்குள் போய்ச் சேர்ந்தது; அகலமான வயலில் கிளைத்து விரிந்த கரும்பினது திரண்ட காம்பையுடைய பெரிய பூ மழையில் நனைந்த நாரையைப் போல ஈரம் உடையதாய் வளைந்திருந்தது; மிகக்கொடிய சினத்தினால் அச்சத்தை ஏற்படுத்திப் பனி தாங்கிய வாடைக்காற்றானது, மயக்கமுடைய மாலைப்பொழுதுடன் கூடி இரக்கம் இன்றி வருத்தியது. இங்ஙனமாக, அயலவரால் அறியப்படுமாறு நெற்றியில் உண்டான, பசலையுடன் பழைய மேனி அழகு கெட மெலிந்து இவள் என்ன நிலையினள் ஆயினளோ! இரங்கத்தக்கவள் என்று கேட்டு அறியாதவராய் ஆனார். ஆதலால், காதலர் பொருள் தேடுதலையே விரும்பி என்னை நினைக்கவில்லையோ? செய்யும் செயலின் மிகுதியால் அதனையே நினைத்து என்னை முற்றும் மறந்து விட்டாரோ இவ்வாறு பலப்பல நினைக்கும் நான் எங்ஙனம் ஆற்றுவேன்?

அகநானூறு 235; பாலை

மங்குல் மாமழை விண் அதிர்பு முழங்கி,
துள்ளுப் பெயல்கழிந்த பின்றை, புகைஉறப்

புள்ளிநுண் துவலை பூவகம் நிறைய,
காதலர்ப் பிரிந்த கையறு மகளிர்
நீர்வார் கண்ணின் கருவிளை மலர,
துய்த்தலைப் பூவின் புதல்இவர் ஈங்கை
நெய்த்தோய்த் தன்ன நீர்நனை அம்தளிர்
இருவகிர் இருளின் ஈரிய துயல்வர,
அவரைப் பைம் பூப் பயில, அகல்வயல்
கதிர்வார் காய்நெல் கட்குஇனிது இறைஞ்ச,
சிதர்சினை தூங்கும் அற்சிர அரைநாள்,
'காய்சின வேந்தன் பாசறை நீடி,
நம்நோய் அறியா அறனி லாளர்
இந்நிலை களைய வருகுவர்கொல்?' என
ஆனாது எறிதரும் வாடையொடு
நோனேன் தோழி! என் தனிமை யானே.

என் இனிய தோழியே! நீ கூறியபடியே ஆற்றியிருப்பேன். மிகவும் இருண்ட மேகமானது வானத்தில் அதிர்ந்து முழங்கி மழை பெய்து கழிந்தது. பின்பு, புகை போலப் புள்ளியாய் நுண்ணிய பல பனித்துளிகள் பூக்களின் உள்ளே நிறைந்தன. தம் காதலரைப் பிரிந்துள்ள செயலற்ற மகளிரது நீர் ஒழுகும் கண்களைப் போன்று காக்கணச் செடியில் பூக்களும் மலர்ந்தன. பஞ்சு போன்ற துய்யையுடைய பூவையுடையதும் புதர்களில் படர்வதுமான ஈங்கைக் கொடியினது நெய்யில் தோய்த்தாற் போன்ற நனைந்த அழகிய தளிர்கள், இரு பிளவான ஈரலைப் போல் ஈரமுடையவாய் அசைந்தன. அவரைக் கொடியில் அழகிய பூக்கள் எங்கும் மலரவும், அகன்ற வயலிடத்தே நீண்ட நெற்கதிர்கள் இனிமையாய்த் தலை வளைந்திட்டன. வண்டுகள் கிளைகளில் மலரைச் சுற்றி மொய்க்கும். முன்பனிக் கால நள்ளிரவில் சினம் மிக்க மன்னனின் பாசறையில் நீண்ட காலம் தங்கி தம் துன்பத்தை அறியாத அறம் இல்லாத தலைவர் இத்துயரத்தை நீக்க வருவாரோ எனக் கருதினேன். இடைவிடாமல் வீசும் வாடைக்காற்றினால் என் தனிமையை நான் பொறுக்காதவள் ஆகின்றேன். நான் என்ன செய்வேன்?

அகநானூறு 294; முல்லை

காக்கைபாடினியார் நச்செள்ளையார்

திண்தேர் நள்ளி கானத்து அண்டர்
பல்ஆ பயந்த நெய்யின், தொண்டி
முழுதுடன் விளைந்த வெண்ணெல் வெண்சோறு
எழுகலத்து ஏந்தினும் சிறிதுஎன் தோழி
பெருந்தோள் நெகிழ்த்த செல்லற்கு
விருந்துவரக் கரைந்து காக்கையது பலியே.

என் தோழியின் தடந்தோள்களை நெகிழ்த்திய துன்பத்தைப் போக்குவதற்காக, விருந்தினர் வரவை உணர்த்தும் காக்கையும் கரைந்தது. வலிய தேரினை உடையவன் கண்டீரக்கோப் பெருநள்ளி. அவனுடைய காட்டில் இடையருக்குப் பலவாகப் பசுக்கள் இருந்தன. அவை கொடுத்த நெய்யுடன், தொண்டி வயல்களில் நன்கு விளைந்த வெண்ணல் அரிசிச் சோற்றையும் ஏழு கலங்களில் ஏந்தினும் மிகச் சிறிதே.

குறுந்தொகை *210;* முல்லை

துளங்கு நீர் வியலகம் கலங்கக் கால்பொர,
விளங்கு இரும் புணரி உரும்என முழங்கும்
கடல்சேர் கானற் குடபுலம் முன்னிக்
வைல் துழந்த தடந்தாள் நாரை
குவிஇணர் ஞாழல் மாச்சினைச் சேக்கும்,
வண்டுஇறை கொண்ட, தண்கடற் பரப்பின்
அடும்புஅமல் அடைகரை அலவன் ஆடிய
வடுஅடு நுண்அயிர் ஊதை உஞற்றும்,
தூஇரும் போந்தைப் பொழில் அணிப் பொலிதந்து,
இயலினள், ஒல்கினள், ஆடும் மடமகள்
வெறிஉறு நுடக்கம் போலத் தோன்றி,
பெருமலை, வயின்வயின் விலங்கும் அருமணி
அரவ ழுங்கும், பெருந்தெய் வத்த,
வளை ஞரலும் பனிப் பௌவத்து,

குணகுட கடலோடு ஆயிடை மணந்த
பந்தர் அந்தரம் வேய்ந்து
வண்பிணி அவிழ்ந்த கண்போல் நெய்தல்
நனைஉறு நறவின் நாடுடன் கமழ,
சுடர்நுதல், மடநோக்கின்,
வாள்நகை, இலங்குஎயிற்று,
அமிழ்துபொதி துவர்வாய், அசைநடை விறலியர்
பாடல் சான்று நீழனை உறைதலின்
'வெள்வேல் அண்ணல் மெல்லியன் போன்ம்!'என,
உள்ளுவர் கொல்லோ, நின்உணரா தோரே?
மழை தவழும் பெருங் குன்றத்து
செயிருடைய அரவு எறிந்து,
கருஞ் சினத்த மிடல் தபுக்கும்
பெருஞ் சீனப் புயல் ஏறு அனையை;
தாங்குநர் தடக்கை யானைத் தொடிக்கோடு துமிக்கும்
எஃகுடை வலத்தர், நின் படைவழி வாழ்நர்;
மறம்கெழு போந்தை வெண்தோடு புனைந்து,
நிறம் பெயர் கண்ணிப் பருந்து ஊறு அளப்பத்
தூக்கணை கிழத்த மாக்கண் தண்ணுமை
கைவல் இளையர் கை அலை அழுங்க,
மாற்றுஅருஞ் சீற்றத்து மாஇருங் கூற்றம்
வலைவிரித் தன்ன நோக்கலை
கழயையால், நெடுந்தகை செருவத் தானே.

அசையும் நீர் நிரம்பிய அகன்ற கடல் பரப்பு கலங்குமாறு காற்று வீசுகிறது. அதனால் எழுந்த பெரிய அலைகள், இடியைப் போல் முழங்குகின்றன. இத்தகைய மேற்குக் கடலைச் சார்ந்த கானற் சோலையை நோக்கி நீயும் செல்கின்றாய். பள்ளங்களில் மீனாகிய இரையைத் தேடித் துழாவிய வளைந்த கால்களையுடைய நாரை, குவிந்த பூங்கொத்துக்களையுடைய ஞாழல் என்ற மரத்தினது கிளையில் போய்த் தங்கியிருக்கும். மலர்கள் மலர்ந்த அடம்பங் கொடிகள் நிறைந்த வண்டுகள் மொய்க்கும் குளிர்ந்த கடற்கரையில் நண்டுகள் விளையாடியதனால் உண்டான

சுவடுகளை மறைக்கின்ற நுண்மையான மணலை ஊதைக் காற்று எறியும். தூய பெரிய பனஞ்சோலையில் ஒப்பனையால் புனைந்த அணிகள் பலவும் ஒளிவிட்டு விளங்க நீ கொலு வீற்றிருந்தாய். நடந்தும் அசைந்தும் ஆடல் செய்யும் இளமகள் சாலினி ஒருத்தி, வெறியாட்டுக் களத்தே தோன்றி மருள் ஏற்று அசைந்தாடுவதைப் போல், இடங்கள்தோறும் குறுக்கிட்டுக் கிடக்கும் அரிய மணிகளையுடைய பாம்புகள் செல்லும் பெரிய இமயமான பெரிய கடவுள் மலையும், சங்கு முழங்கும் குளிர்ந்த தென்கடலும், கிழக்குக் கடலும், மேற்குக் கடலும் என்னும் அந்த எல்லைக்கு உட்பட்ட நிலத்து வாழ்வோரான அரசரும் சான்றோரும் பந்தலிடத்தே உன்னைக் காண்பதற்காகக் கூடி யிருந்தனர். பந்தலின் உள்புறத்தில் தொங்கவிடப் பட்டிருத்தலால் வளவிய அரும்பவிழ்ந்த கண்களைப் போல் விளங்கும் நெய்தல் பூக்கள். தேன் பொருந்திய நறவம் பூக்களுடன் கூடி, மணத்தைப் பரப்பிக்கொண்டிருந்தன. ஒளி வீசும் நெற்றியையும் மருண்ட பார்வையினையும் அமுதம் போன்ற நீரை உடைய சிவந்த வாயையும், அசைந்த நடையையும் உடைய விறலியரின் பாடல்களை நிரம்ப ஏற்று நீ வீற்றிருந்தாய். அதனால் வெள்ளிய வேல் ஏந்திய அண்ணலான ஆடுகோட்பாட்டுச் சேரலாதன் சிற்றின்பத்தில் எளியன் என்று உன்னைத் தக்கபடி உணராதவர் நினைப்பார்களோ! மேகங்கள் தவழும் பெரிய குன்றுகளில் வாழும் நஞ்சையுடைய பாம்புகளை அஞ்சிடச்செய்து மிக்க சினத்தையுடைய அவற்றின் வலியை அழிக்கும் பெரிய முழக்கத்தையுடைய வானத்து இடியை ஒப்பாய்! உன் படையில் இருந்து போர் புரிந்து வாழும் வீரர், தாம் மேற்செல்லுமிடத்து, பகைவரது பெரிய கையையுடைய யானையின் பூண் அணிந்த கொம்பை ஒரே வீச்சிலே அழிக்கும் வாளையுடைய வெற்றி வீரர் ஆவர். பனையின் வெண்மையான பூவால் செய்யப்பட்டுப் பகைவரின் குருதிப்பட்டு நிறம் வேறுபட்ட வீரர் அணிந்துள்ள மாலையைப் பருந்துகள் ஊன் துண்டம் எனத் தவறாக உணர்ந்து அவ்விடத்தை அடைந்து அதனைக் கொத்திக்கொண்டு செல்வதற்குரிய நேரத்தை எதிரநோக்கியிருக்கும். பகைவர் எறியும் அம்புகள் பாய்தலால் கிழிந்த கரிய கண்களையுடைய தண்ணுமையானது இசைக்கும் தொழில் வல்ல இளையவர் கையால் அறையப்படுதலின்றி ஒழியும். மாற்ற இயலாத சினத்தையுடைய கரிய பெரிய கூற்றுவன் உயிர்களைக் கவரும் தன் பார்வை என்ற வலையை விரிந்ததைப் போல்

பார்வையை உடையாய் நீ. போர்க்களத்தில் நெடுந்தகையே, நீ அப்பகைவர்க்குப் பேரச்சத்தை உண்டாக்குகிறாய்.

பதிற்றுப்பத்து: ஆறாம் பத்து 51.

துறை: வஞ்சித்துறைப் பாடாண்பாட்டு
வண்ணம்: ஒழுகு வண்ணமும் சொற்சீர் வண்ணமும்
தூக்கு: செந்தூக்கும் வஞ்சித் தூக்கும்
பெயர்: வடுஅடு நுண்அயிர்

கொடிநுடங்கு நிலைய கொல்களிறு மிடைந்து,
வடிமணி நெடுந்தேர் வேறுபுலம் பரப்பி,
அருங்கலம் தரீஇயர், நீர்மிசை நிவக்கும்
பெருங்கலி வங்கம் திசை திரிந்தாங்கு,
மை அணிந்து எழுதரு மாஇரும் பல் தோல்
மெய்புகை அரணம் எண்ணாது, எஃகு சுமந்து,
முன்சமத்து எழுதரும் வன்கண் ஆடவர்
தொலையாத் தும்பை தெவ்வழி விளங்க,
உயர்நிலை உலகம் எய்தினர், பலர்பட,
நல்அமர்க் கடந்த நின்செல் உறழ் தடக்கை
இரப்போர்க்குக் கவிதல் அல்லதை இரைஇய
மலர்பு அறியா எனக் கேட்டிகும்; இனியே,
சுடரும் பாண்டில் திருநாறு விளக்கத்து,
முழா இமிழ் துணங்கைக்குத் தழூஉப் புணை ஆக,
சிலைப்பு வல் ஏற்றின் தலைக் கை தந்து, நீ
நளிந்தனை வருதல் உடன்றனள் ஆகி;
உயலும் கோதை ஊரல்அம் தித்தி,
ஈர்' இதழ் மழைக்கண், பேர்இயல் அரிவை
ஒள் இதழ் அவிழகம் கடுக்கும் சீறடி
பல்சில கிண்கிணி சிறு பரடு அலைப்ப,
கொல்புனல் தளிரின் நடுங்குவனள் நின்று, நின்
எறியர் ஓக்கிய சிறுசெங் குவளை,

ஈ என இரப்பவும், ஒல்லாள்; 'நீ எமக்கு
யாரையோ?' எனப் பெயர்வோள் கையதை,
கதுமென உருத்த நோக்கமொடு, அதுநீ
பாஅல் வல்லாய் ஆயினை, பா அல்
யாங்கு வல்லுநையோ வாழ்க, நின்கண்ணி
அகல்இரு விசும்பில் பகல் இடம் தரீஇயர்;;
தெறுகதிர் திகழ்தரும் உருகெழு ஞாயிற்று
உருபுகிளர் வண்ணம் கொண்ட
வான்தோய் வெண்குடை வேந்தர்தம் எயிலே?

அயல் நாடுகளிலிருந்து அரிய பொருள்களைக்கொண்டு வருவதற்காகக் கடலின் மீது மிதந்து செல்லும் பெரிய ஆரவாரத்தையுடைய கப்பல்கள் போகும் திக்குகளிலே திரிந்து செல்வதைப் போன்று கொடிகள் அசையும் நிலைகொண்ட போர் யானைகள் செறிந்து திரிதலால் ஓசையுடைய மணிகள் கட்டிய பெரிய தேர்கள் வேறு இடங்கள் போகும் நிலை ஏற்பட்டது. மழை மேகம் போலக் கருமைகொண்டு எழும் பெரிய பல கேடயங்களுடன் வேலும் வாளும் ஏந்திக்கொண்டு போர்க்களத்தில் முன் அணியில் நின்று போரிடுவதை விரும்பி உடலை மூடும் கவசமும் வேண்டும் என்று எண்ணாமல் விரைந்துபோகும் கொடுமையுடைய போர் வீரனது தோல்வி அடையாமைக்குரிய தும்பை மாலை பகைவரின் படை யிடையே தோன்றிடப் போரிடுவதனால், பகைவர் பலர் உயிர் துறந்தனர். அவர்கள் வீரர் அடையும் வீரத்துறக்கத்தை அடைந்தனர். இப்படி நல்ல போர்களைச் செய்து மேம்பட்டது உன் இடியினும் மாறுபட்ட பெரிய கை. இக்கை இரப்பவர்க்கு ஈவதற்குக் கவியுமே அல்லாது மற்றவர் எவரையும் இரத்தற்கு மலர்தலை அறியாது என்று பலரும் கூறக் கேட்டிருக்கின்றோம். இப்போது, ஒளிர்கின்ற விளக்கின் ஒளியிலே முழவு முழங்க ஆடும் துணங்கைக் கூத்தின்கண் கை கோபிர்த்து ஆடும் மங்கையர்க்குக் கை கோர்த்துக்கொள்ளும் புணையாக, சிலைத் தலையுடைய வலிய ஏற்றினைப்போல முதல் கை தந்து நீ அம்மகளிருடன் ஆடினாய். அதன்பொருட்டு அசையும் மாலையும் பரவிய தேமலையும் குளிர்ந்த இமைகளையுடைய நீர் ததும்பும் கண்களையும் நல்ல இயல்புமுடைய உன் மனைவி,

உன்னிடம் ஊடல்கொண்டு ஒள்ளிய இதழ் விரிந்த மலரைப் போன்று விளங்கும் அடிகளில் அணிந்துள்ள பலமணிகள் கோத்த கிண்கிணியானவை சிறிய பாட்டுகளில் கிடந்து ஒலிக்க, கரையில் மோதும் நீர்ப் பெருக்கால் அசையும் தளிரைப்போல் சினத்தால் வாய் உதடு துடிப்ப, நடுக்கம் கொண்டு நின்று, உன் மீது எறிவதற்காக உயர்த்திய சிறிய செங்குவளை மலரை ஈவாயாக என்று கைநீட்டி இரந்தாய். அவள் நீ எனக்கு யாரோ என்று சொல்லி, உன்னிடமிருந்து நீங்கினாள். சட்டென வெகுண்ட பார்வையுடனே அந்தச் சிறு செங்குவளை மலரை அவள் கையினின்றும் பறித்துக்கொள்வதற்கு இயலாதவனாக ஆயினாய். அகன்ற நீலவானத்தில் பகற்காலத்துக்கு இடம் ஏற்படுத்தற் பொருட்டுச் சுடும் கதிர்களைப் பரப்பி விளங்கும் ஞாயிற்றினுடைய வடிவத்தையும் விளங்குகின்ற தன்மையையும் உடைய வெண்கொற்றக் குடையை உடைய மன்னர்களின், வானமளவு உயர்ந்த மதில்களைச் சினந்து பார்த்துக் கவர்ந்து கொள்வதற்கு எவ்வாறு வல்லவன் ஆனாயோ! உன் கண்ணி வாழ்க!

பதிற்றுப்பத்து : ஆறாம் பத்து 52
துறை : குரவை நிலை
வண்ணம் : ஒழுகு வண்ணம்
தூக்கு : செந்தூக்கு
பெயர் : சிறுசெங்குவளை

வென்று கலம் தரீஇயர் வேண்டு புலத்து இறுத்து, அவர்
வாடா யாணர் நாடு திறை கொடுப்ப,
'நல்கினை ஆகுமதி, எம்' என்று; அருளி
கல் பிறங்கு வைப்பின் கடறுஅரை யாத்த நின்
தொல்புகழ் மூதூர்ச் செல்குவை ஆயின்,
செம்பொறிச் சிலம்பொடு அணித்தழை தூங்கும்
எந்திரத் தகைப்பின் அம்புடை வாயில்,
கோள்வல் முதலைய குண்டு கண் அகழி,
வான்உற ஓங்கிய வளைந்துசெய் புரிசை,
ஒன்னாத் தெவ்வர் முனைகெட விலங்கி
நின்னின் தந்த மன்எயில் அல்லது,

முன்னும் பின்னும் நின் முன்னோர் ஓம்பிய
எயில்முகப் படுத்தல் யாவது? வளையினும்
பிறிது ஆறு சென்மதி, சினம்கெழு குருசில்!
எழூஉப் புறந்தரீஇ, பொன் பிணிப் பலகைக்
குழூஉ நிலைப் புதவின் கதவுமெய் காணின்,
தேம்பாய் கடாத்தொடு காழ்கை நீவி,
வேங்கை வென்ற பொறிகிளர் புகர் நுதல்
ஏந்துகை சுருட்டி, தோட்டி நீவி,
மேம்படு வெல்கொடி நுடங்க,
தாங்கல்ஆகா, ஆங்கு நின் களிறே.

பகைவரைப் போரிட்டு வென்று அவருடைய செல்வங்களைக் கொண்டு வருவதற்காக, அச்செய்கைக்குப் பொருத்தமான இடத்தில் போய்த் தங்குவாய். அதனால் அப்பகை மன்னர் உன்னை வெல்வது அரிது என்று எண்ணி யாம் நுமக்குத் தரும் இக் கலங்களை ஏற்றுக்கொண்டு எமக்கு அருள வேண்டும் என்று பணிவாகச் சொல்லி, குறைவில்லாத வருவாயையுடைய தம் நாட்டில் உள்ள அரிய செல்வங்களைத் திறையாகச் செலுத்துவர். அவர்களுக்கும் நட்பை அருள்வாய். மலைகள் உயர்ந்த நாட்டில் உள்ள அரிய செல்வங்களைத் திறையாகச் செலுத்துவர். அவர்களுக்கும் நட்பை அருள்வாய். மலைகள் உயர்ந்த நாட்டில் பாடு சூழ்ந்துள்ள உன் மூதூர் செல்வாயாயின் அவ்வழியில் பகைவரைப் பாவை போல் வடிவு அமைத்து அதற்கு நல்ல மூட்டுவாய் அமைந்த சிலம்பும் அணியாய்த் தொடுக்கப்பட்ட தழை உடையும் கட்டித் தொங்கவிட்டிருக்கும் கோட்டை வாயில்; கொலையில் வல்ல முதலைகளையுடைய ஆழமான அகழி; வளைவு வளைவாய்க் கட்டப்பட்டு வானளாவ உயர்ந்த மதில் ஆகியவற்றையுடையது இந்தக் கோட்டை. மனம் பொருந்தாத பகை மன்னர் வந்து செய்த போர் அழியுமாறு குறுக்கிட்டு உன்னால் கைக்கொண்டு தரப்பட்ட துணை மன்னரின் கோட்டையாகும். இது உன் முன்னோர்கள் தங்கட்கு முன் இருந்தவராலும் பின் வந்தவராலும் துணை செய்து காக்கப்பட்ட கோட்டையாகும். இவ்வாறாக, போரிட்டுவிட்டுத் திரும்பச் செல்லும் உன் படையை இதற்கு நேர்முகமாகச் செலுத்துவது குறித்து இதனிடைச் செலுத்துவது என்னவாக முடியும்

என்று நினைத்துப் பார்த்தருளுக! சினம் பொருந்திய அரசே! இந்தக் கோட்டை வழியே செல்லாது கைவிட்டு நீ செல்ல வேண்டிய வழி வளைந்து வளைந்து நீளுமாயினும் வேறொரு வழியாகச் செல்லுக. நேராகச் சென்றால் கணைய மரத்தினால் பின்பக்கத்தில் வலிமை சேர்க்கப்பட்டு இரும்பாணிகளால் இறுகப் பிணிக்கப்பட்டுப் பெரிய பலகைகளால் அமைக்கப்பட்ட பற்பல நிலைகளைக் கொண்டு கோட்டைக் கதவுகளைப் புள்ளி பொருந்திய நெற்றிகளையுடைய உன் களிறுகள் காணக்கூடும். அவ்வாறு காணும்பொழுது வண்டுகள் மொய்த்து உண்ணும் மதநீர் ஒழுக்குடன், பாகரின் குத்துக் கோலைக் கடந்து போய், வேங்கை மரத்தைப் புலி என்று மயங்கித் தாக்கி அழித்தலால் உண்டான வடுவுடைய, புள்ளி அமைந்த நெற்றியுடைய உன் யானைகள், நிமிர்த்த கையைச் சுருட்டி வீரர் ஏந்தும் தோட்டியைக் கடந்து, மேம்படப் போரிட்டு எடுத்த கொடி அசையப் போய் அந்த மதிற் கதவுகளைப் பிளந்து அரண்களைச் சிதைக்கும். அப்பொழுதே அவை அடக்குவதற்கு இயலாதவையாகிவிடும்.

பதிற்றுப்பத்து : ஆறாம் பத்து *53*
துறை : செந்துறைப் பாடாண் பாட்டு
வண்ணம் : ஒழுகு வண்ணம்
தூக்கு : செந்தூக்கு
பெயர் : குண்டு கண் அகழி

வள்ளியை என்றலின், காண்கு வந்திசினே;
உள்ளியது முடித்தி; வாழ்கநின் கண்ணி!
வீங்கு இறைத் தடைஇய அமைமருள் பணைத்தோள்,
ஏந்துஎழில் மழைக்கண் வனைந்து வரல் இளமுலை,
பூந்துகில் அல்குல், தேம்பாய் கூந்தல்,
மின்இழை, விறலியர் நின்மறம் பாட
இரவலர் புன்கண் தீர, நாள்தொறும்,
உரைசால் நன்கலம் வரைவு இல வீசி,
அனையை ஆகன் மாறே, எனைய தூஉம்
உயர்நிலை உலகத்துச் செல்லாது, இவண் நின்று,
இருநில மருங்கின் நெடிது மன்னியரோ!
நிலம்தப இடூஉம் ஏணிப் புலம் படர்ந்து,
படுகண் முரசம் நடுவண் சிலைப்ப,

தோமர வலத்தர் நாமம் செய்ம்மார்,
ஏவல் வியங்கொண்டு, இளையரொடு எழுதரும்
ஒல்லார் யானை காணின்,
நில்லாத் தானை இறைகிழ வோயே!

பகைவர் நாட்டின் நிலப்பகுதி குறை படும்படியாக அவர் எல்லைக்கு உட்பட்ட நிலத்திற்கே போய்ப் பாசறையிட்டு நீ தங்குகின்றாய். ஒலிக்கும் கண்ணையுடைய போர் முரசு உன் பாசறையின் நடுவில் முழங்கி வீரரை ஏவும். அவர் வலக்கையில் தண்டை ஏந்தி, போர் செய்வதற்காக முழங்கும் அம்முரசின் ஏவலை மேற்கொண்டு எழுவர். அணி வகுக்கப்பட்ட இளைய வீரருடன் போகும் தானைத்தலைவர் முதலிய பகைவேந்தரின் யானைப் படையைக் கண்டதும் இமைப் போதும் தாமதிக்காமல் போய்த் தாக்கும் வீரப்படைகளையுடைய மன்னன் என்ற தன்மையைத் தனக்கே உரிமையாக உடையவனே! நீ கொடைத்தன்மை உடையவன் என்று கூறப்படுபவன். ஆதலால் உன்னைக் காண நான் வந்துள்ளேன். நான் நினைத்து வந்ததை முடித்துத் தருவாயாக. உன் கண்ணி வாழ்க! அகன்ற துளையிட்ட வளையணிந்த பெருத்த மூங்கிலைப் போல் பருத்த தோளையும், குளிர்ந்த கண்களையும் உயர்ந்து எழுதலையும் தொய்யில் எழுதப்பட்டு வருதலும் உடைய இளைய முலையையும் பூத்தொழில் அமைந்த ஆடை அணிந்த அல்குலையும், வண்டுகள் மொய்க்கும் கூந்தலையும் மின்னும் அணியையும் உடையவர் விறலியர். அவர் உன் வீரத்தைப் புகழ்ந்து பாடுவர். அந்த விறலியர்க்கே அல்லாமல் இரப்பவர் எவருக்கும் வறுமை நீங்குவதற்குப் புகழ்பொருந்திய நல்ல அணிகலன்களை நாள்தோறும் அளவு இல்லாமல் தருவாய்! அத்தகைய தன்மையுடையவன் ஆதலால், எத்துணைச் சிறிது காலமேனும் துறக்கவுலகத்துக்குச் செல்லாமல் இவ்வாழ்க்கையில் நிலைபெற்றுத் தங்கிப் பெரிய நிலவுலகத்தில் நீண்ட காலம் வாழ்வாயாக!

பதிற்றுப்பத்து ஆறாம் பத்து 54
துறை : காட்சி வாழ்த்து
வண்ணம் : ஒழுகு வண்ணம்
தூக்கு : செந்தூக்கு
பெயர் : நில்லாத் தானை

ஆன்றோள் கணவ! சான்றோர் புரவல!
நின்நயந்து வந்தனென், அடுபோர்க் கொற்றவ!
இன்இசைப் புணரி இரங்கும் பௌவத்து
நன்கல வெறுக்கை துஞ்சும் பந்தர்,
கமழும் தாழைக் கானல்அம் பெருந்துறை,
தண்கடற் படப்பை நல்நாட்டுப் பொருந!
செவ்வூன் தோன்றா, வெண்துவை முதிரை,
வால் ஊன் வல்சி மழவர் மெய்ம்மறை!
குடவர் கோவே! கொடித்தேர் அண்ணல்!
வாரார் ஆயினும் இரவலர், வேண்டி,
தேரின் தந்து, அவர்க்கு ஆர்பதன் நல்கும்
நசைசால் வாய்மொழி இசைசால் தோன்றல்!
வேண்டுவ அளவையுள் யாண்டுபல கழிய,
பெய்து புறந்தந்து, பொங்கல் ஆடி,
விண்டுச் சேர்ந்த வெண்மழை போலச்
சென்றா லியரோ பெரும! அல்கலும்,
நனந்தலை வேந்தர் தார்அழிந்து அலற,
நீடுவரை அடுக்கத்து நாடு கைக்கொண்டு,
பொருதுசினம் தணிந்த செருப்புகல் ஆண்மை,
தாங்குநர்த் தகைத்த ஒள்வாள்,
ஓங்கல் உள்ளத்துக் குருசில்! நின் நாளே.

மேன்மை அடைந்தவளுடைய கணவனே! நற்குணம் உடைய சான்றோரை ஆதரிக்கும் புரவலனே! கொல்லும் போரைச் செய்கின்ற மன்னனே! உன்னைக் காண விரும்பி வந்தேன். இனிமையான ஓசையையுடைய அலைகள் ஒலிக்கின்ற கடல்வழியாய் வந்த நல்ல அணிகலன்களாகிய செல்வம் சேர்த்து வைக்கப்பட்டிருக்கும் பண்டகசாலைகள் உள்ள தாழையின் மணம் கமழும் கானற் சோலை மிக்க பெரிய துறையையுடைய குளிர்ந்த கடற்கரை பகுதியான நல்ல நாட்டுக்குத் தலைவனே! தன்னுள் கலந்த சிவந்த ஊன் கறி வெளித் தெரியாதவாறு துவரையால் அரைக்கப்பட்ட வெண்மையான துவையலையும் வெண்ணிற ஊன் கலந்து சமைத்த சோற்றையும் உண்ணும் வீரர்க்கு மெய்புகு கவசம் போன்றவனே! குடபுல நாட்டவரின் தலைவனே! கொடி பறக்கும் தேரையுடைய அண்ணலே! நாட்டில் இரவலர் இல்லாததால் இரப்பவர் வாராது போயினும்

அவர்க்கு ஈந்து மகிழ்கின்ற இன்பத்தை எண்ணி விரும்பிப் பிற நாடுகளிலிருந்து இரவலரைத் தேர் ஏற்றிக் கொணர்ந்து உண்ணும் உணவை மிகுதியாய்க் கொடுக்கும் கேட்டார்ப் பிணிக்கும் மெய்ம் மொழியையுடைய புகழ் அமைந்த தோன்றலே! பெருமையை உடையவனே! அகன்ற இடம் பொருந்திய நாட்டையுடைய மன்னர் நாள்தோறும் தம் தூசிப்படை கெடுவதால் ஆற்றாது புலம்ப பெரிய மலைப்பக்கத்தைச் சார்ந்த அவர் நாடுகளைக் கைப்பற்றி அவரைப் போரிட்டுத் தொலைத்து அவரிடம் உண்டான சினம் தணியப் பெறுவாய். இப்படிப் போரை விரும்பும் ஆண்மையை உடையவனே! தன்னை எதிர்க்கும் பகைவரை அழித்த வாளினை உடையவனே! உயர்ந்த ஊக்கம் உடையவனே! இத்தகைய இயல்பு கொண்ட குருசிலே! உன் வாழ்நாள் வேண்டிய கால அளவுக்குள் ஆண்டுகள் பல செல்ல, மழை பெய்து உயிர்களைக் காப்பாற்றி மேலோங்கிப் பறக்கும் பிசிராய்க் கழிந்து மலையின் உச்சியை அடைந்த வெண்மையான மேகத்தைப் போன்று சென்று கெடாது ஒழிக!

பதிற்றுப்பத்து : ஆறாம் பத்து 55
துறை : செந்துறைப் பாடாண் பாட்டு
வண்ணம் : ஒழுகு வண்ணம்
தூக்கு : செந்தூக்கு
பெயர் : துஞ்சும் பந்தர்

விழவு வீற்றிருந்த வியலுள் ஆங்கண்,
கோடியர் முழவின் முன்னர், ஆடல்
வல்லான் அல்லன்; வாழ்க, அவன் கண்ணி!
வலம் படு முரசம் துவைப்ப, வாள் உயர்த்து,
இலங்கும் பூணன், பொலங்கொடி உழிஞையன்,
மடம் பெருமையின் உடன்று மேல்வந்த
வேந்து மெய்ம்மறந்த வாழ்ச்சி
வீந்துஉகு போர்க்களத்து ஆடும் கோவே.

விழாவானது மிக்க சிறப்புடன் கொண்டாடப்பட்ட அகன்ற ஊரில் கூத்தர் ஒலிக்கும் முழவின் ஓசைக்கு ஏற்ப அதன் முன் நின்று ஆடும் தொழிலில் வல்லவன் அல்லன் சேரலாதன். அவன் முடிமாலை வாழ்வதாகுக! வெற்றி முரசானது மிக்கு ஒலிப்ப வாளை உயர்த்தி ஒளிர்கின்ற அணிகளை அணிந்து

பொன்னால் செய்யப்பட்ட உழிஞைப் பூவைச் சூடி அறியாமை மிகுதியால் பகைகொண்டு போர் செய்ய வந்து போரிட்ட மன்னர், தம் உடலைத் துறந்து போய்த் துறக்கத்தே வாழ்வைப் பெறுவர். ஆதலால் இறந்து விழும் போர்க்களத்தில் இனிதாக ஆடுவதில் வல்ல வேந்தன் ஆவான்.

பதிற்றுப்பத்து : ஆறாம் பத்து 56
துறை : ஒள் வாள் அமலை
வண்ணம் : ஒழுகு வண்ணம்
தூக்கு : செந்தூக்கு
பெயர் : வேந்து மெய்ம்மறந்த வாழ்ச்சி

ஓடர்ப் பூட்கை மறவர் மிடல்தப,
இரும்பனம் புடையலொடு வான்கழல் சிவப்ப,
குருதி பனிற்றும் புலவுக் களத்தோனே,
துணங்கை ஆடிய வலம்படு கோமான்;
மெல்லிய வகுந்தில் சீறடி ஒதுங்கிச்
செல்லா மோதில் சில்வளை விறலி
பாணர் கையது பணிதொடை நரம்பின்
விரல்கவர் பேரியாழ் பாலை பண்ணி,
குரல்புணர் இன் இசைத் தழிஞ்சி பாடி
இளந்துணைப் புதல்வர் நல்வளம் பயந்த,
வளம்கெழு குடைச்சூல், அடங்கிய கொள்கை,
ஆன்ற அறிவின் தோன்றிய நல்இசை,
ஒள்நுதல் மகளிர் துனித்த கண்ணினும்,
இரவலர் புன்கண் அஞ்சும்
புரவு எதிர்கொள்வனைக் கண்டனம் வரற்கே?

சில வளையல்களை அணிந்த விறலியே! மென்மையான நிலத்தில் உள்ள வழியில் சிறிய கால்களால் நடந்து போவோம்! வருகின்றாயோ! இளமையும் துணையாகும் தன்மையும் உடையவர்; மக்களாகிய சிலம்பையும் அடக்கத்தால் உயர்ந்த ஒழுக்கத்தையும் சிறந்த அறிவையும் கெடாத புகழையும் உடையவர்; ஒளி பொருந்திய நெற்றியடையவர், சேரனின் காதல் மகளிர் அவர்கள் ஊடலால் சினத்துடன் நோக்கும் பார்வையைவிட இரவலர் தன்னிடம் குறையிரந்து பசித்துன்பம் தோன்ற நோக்கும் பார்வை கண்டு மிகவும் அஞ்சுகின்ற அவன் நம்மைப் பாதுகாத்தலை மேற்கொண்டு ஒழுகுபவன்.

அத்தகையவனை, பாணரின் கையில் உள்ள தாழக்கூடிய நரம்பைக் கை விரலால் வாசித்தலை விரும்பும் பேரியாழின் கண் பாலைப் பண்ணை எழுப்பி, குரல் என்னும் நரம்புடன் புணர்த்த இனிமையான இசையில் தழிஞ்சி என்னும் துறை பொருளாக அமைந்த பாட்டைப் பாடிச் சென்று கண்டு வருவதற்குச் செல்வோம். வருகின்றாயோ ! வெற்றிக்குறியாகத் துணங்கைக் கூத்தாடிய வெற்றி பொருந்திய சேரமன்னன், புறங்காட்டி ஓடாத கொள்கையுடைய வீரரின் வலிமை கெடும்படி போரிட்டு அழித்தலால் சிந்தும் அவரது குருதி, தான் அணிந்துள்ள பெரிய பனந்தோட்டால் ஆன மாலையும் சிறந்த வீரக் கழலும்* செந்நிறம் அடையும்படி துளிர்க்கும். அவன் புலால் நாற்றம் வீசும் போர்க்களத்தில் உள்ள பாசறையில் தங்கி இருக்கின்றான்.

பதிற்றுப்பத்து : ஆறாம் பத்து 57
துறை : விறலி ஆற்றுப்படை
வண்ணம் : ஒழுகு வண்ணம்
தூக்கு : செந்தூக்கு
பெயர் : சில்வானை விறலி

ஆடுக, விறலியர் ! பாடுக, பரிசிலர் !
வெண்தோட்டு அசைத்த ஒண்பூங் குவளையர்
வாள் முகம் பொறித்த மாண்வரி யாக்கையர்,
செல்உறழ் மறவர்தம் கொல்படைத் தரீஇயர்,
இன்று இனிது நுகர்ந்தனம் ஆயின், நாளை
மண்புனை இஞ்சி மதில் கடந்தல்லது
உண்குவம் அல்லேம், புகா எனக்கூறி,
கண்ணி கண்ணிய வயவர் பெருமகன்;
பொய்படுபு அறியா வயங்குசெந் நாவின்
எயில்எறி வல்வில், ஏ விளங்கு தடக்கை,
ஏந்து எழில் ஆகத்துச் சான்றோர் மெய்ம்மறை;
வானவரம்பன் என்ப கானத்துக்
கறங்குஇசைச் சிதடி பொரிஅரைப் பொருந்திய
சிறியிலை வேலம் பெரிய தோன்றும்
புன்புலம் வித்தும் வன்கை வினைஞர்
சீருடைப் பல்பகடு ஒலிப்பப் பூட்டி,

---
*கழல் - வீரர் கால்விரலில் அணியும் அணிகலன்

நாஞ்சில் ஆடிய கொழுவலி மருங்கின்
அலங்கு கதிர்த் திருமணி பெறூஉம்,
அகன்கண் வைப்பின் நாடு கிழவோனே.

காட்டில் ஒலிக்கும் ஓசையையுடைய சிள் வண்டுகள் பொரிந்த அடிப்பகுதியில் சிறுசிறு இலைகளையுடைய வேல் மரங்கள் மிகுதியாய்த் தோன்றுகின்ற புன்செய் நிலங்களை உழுது பயிர் செய்யும் வலிய கையை உடைய உழவர், சிறந்த பல கடாக்களை அவற்றின் கழுத்தில் கட்டப்பட்ட மணிகள் ஒலிக்கும்படி பூட்டி உழுவர். அங்ஙனம் உழுத கலப்பையின் கொழுச் சென்ற படைச்சாலின் பக்கத்தில் ஒளிக்கதிரையுடைய அழகிய மணிகளைப் பெறுவர். இத்தகைய அகன்ற இடம் அமைந்த ஊர்களை உடைய நாட்டுக்கு உரிமை உரியவன்; வெண்ணிறப் பனந்தோட்டிலே கட்டிய ஒள்ளிய குவளை மலரைச் சூடியவன்; வாளின் கூர்மையால் வடுப்பட்ட மாட்சிமை பொருந்திய தழும்புகளை உடைய உடம்பினன்; இடிபோல் இன்று நாம் உண்பனவற்றை நன்கு உண்டோமாயினும், நாளைக்கு மண்ணால் கட்டப்பட்ட பகைவர் மதிலைக் கடந்தபின் அன்றி உணவு உண்ணமாட்டோம் என்று வஞ்சினம் கூறித் தாம் அணிந்துகொண்ட போர்க்கண்ணிக்கு ஏற்பப் போர் செய்யக் கருதிய வீரர்களை உடைய பெருமகன் என்றும் உரைப்பர். தாம் சொல்லும் சொற்கள் பொய்யாதலை எந்நாளும் அறியாமையால் விளக்கம் அமைந்த செவ்விய நாவையும் பகைவரின் மதிலை எறியும் வலிய வில்லும் அம்பும் ஏந்தி விளங்கும் பெரிய கையையும் உயர்ந்த அழகிய மார்பையும் உடைய வீரரான சான்றோர்க்கு உடல்புகு கவசம் போன்றவன் வான வரம்பன் சேரலாதன் என்றும் அறிந்தோர் உரைப்பர். ஆதலால் விறலியரே நீவிர் ஆடுவீராக, பாணரும் பொருநருமான பரிசில் மக்களே, நீவிர் அவனது புகழைப் பாடுவீராக.

பதிற்றுப்பத்து : ஆறாம் பத்து 58
துறை : செந்துறைப் பாடாண் பாட்டு
வண்ணம் : ஒழுகு வண்ணம்
தூக்கு : செந்தூக்கு
பெயர் : ஏ விளங்கு தடக்கை

பகல் நீடு ஆகாது, இரவுப்பொழுது பெருகி,
மாசி நின்ற மாகூர் திங்கள்,
பனிச்சுரம் படரும் பாண்மகன் உவப்பு,

பாய் இருள் நீங்க, பல்கதிர் பரப்பி,
ஞாயிறு குணமுதல் தோன்றி யாஅங்கு,
இரவல் மாக்கள் சிறுகுடி பெருக,
உலகம் தாங்கிய மேம்படு கற்பின்,
வில்லோர் மெய்ம்மறை! வீற்று இருங் கொற்றத்துச்
செல்வர் செல்வ சேர்ந்தோர்க்கு அரணம்!
அறியாது எதிர்ந்து, துப்பில் குறையுற்று,
பணிந்து திறை தருப, நின் பகைவர், ஆயின்;
சினம்செலத் தணியுமோ? வாழ்கநின் கண்ணி!
பல்வேறு வகைய நனந்தலை ஈண்டிய
மலையவும் கடலவும் பண்ணியம் பகுக்கும்
ஆறு முட்டுறா அது, அறம் புரிந்து ஒழுகும்
நாடல்சான்ற துப்பின் பணைத்தோள்,
பாடுசால் நன்கலம் தரூஉம்
நாடு புறந் தருதல் நினக்குமார் கடனே.

பகற் பொழுதானது நீளாமல் இரவுப்பொழுது நீண்டு விளங்கும். குளிர் மிகுதலால் விலங்குகள் வருந்தும் மாசித்திங்களில், பனி கொட்டும் அரிய வழிகளில் கடந்து செல்ல நினைக்கும் பாணன் மகிழ்வு அடையுமாறு புல்லிய இருட்காலமான விடியற்போது கரிய, இருளிலும் பனியிலும் வருந்தும் வருத்தம் அகன்று போக, உலகம் எங்கும் இருள் நீங்கும்படி ஞாயிறு பல கதிர்களைப் பரப்பிக் கிழக்குத் திக்கில் தோன்றும். அதைப் போன்று, இரத்தலைச் செய்யும் பரிசில் மக்களின் நலிவடைந்த குடிகள் வளம் அடையவும், உலக உயிர்களைத் தாங்கி இனிது காத்தலால் மேற்கில் சேரர் குடியில் மேம்பட்ட கல்வி அறிவையுடைய வில் வீரர்க்குக் கவசத்தைப் போன்று விளங்குபவனே! பெரு வெற்றி உடைய மன்னர்க்கெல்லாம் மன்னனாய் விளங்குபவனேவனே! தன்னை அடைக்கலமாக அடைந்தவர்க்குக் காப்பாக விளங்குபவனே! நாடும் காடும் பள்ளமும் மேடும் எனப் பல்வேறு வகைப்பட்ட அகன்ற நாடுகளிலிருந்து வந்து சேர்ந்தவையும் மலையிலும் கடலிலும் உண்டானவையுமான செல்வப் பொருள்களை அறம் முதலிய துறைகளில் வகுத்துச் செய்யும் அரசாட்சி மாண்பால் செய்வதற்குரிய அறங்கள் குன்றாமல் மேற்கொண்டு ஒழுகிப் பகைவரால் ஆராய்வதற்கு அமைத்த பருத்த தோளையுடைய மன்னன் நீ. உனக்குப் பெருமை பொருந்திய உயர்ந்த

செல்வங்களைத் திறையாகத் தரும் நாடுகளைக் காப்பதும், உனக்குரிய கடமையாகும். ஆதலால், உன் பகை மன்னர் தம் வலிமை ஒன்றையே பற்றி உன் வலிமையை நன்கு அறியாமல் எதிர்த்துப் போரிட்டு வலிமையை இழந்து திறைமைக் கொணர்ந்து தருவாராயின் அவர் மீது நீ கொண்ட சினம் தணிவாயாக! உன் முடி மாலை வாழ்க!

பதிற்றுப்பத்து : ஆறாம் பத்து 59
துறை : செந்துறைப் பாடாண் பாட்டு
வண்ணம் : ஒழுகு வண்ணம்
தூக்கு : செந்தூக்கு
பெயர் : மா கூர் திங்கள்

கொலைவினை மேவற்றுத் தானை தானே
இகல்வினை மேவலன் தண்டாது வீசும்:
செல்லா மோதில், பாண்மகள்! காணியர்
மிஞுறுபுறம மூசவும் தீம் சுவை திரியாது,
அரம்போழ் கல்லா மரம்படு தீம்கனி
அம்சேறு அமைந்த முண்டை விளைபழம்
ஆறுசெல் மாக்கட்கு ஓய்தகை தடுக்கும்,
மறாஅ விளையுள் அறாஅ யாணர்,
தொடைமடி களைந்த சிலையுடை மறவர்
பொங்குபிசிர்ப் புணரி மங்குலொடு மயங்கி,
வரும் கடல் ஊதையின் பனிக்கும்
துவ்வா நறவின் சாய்இனத்தானே

வெளியே வண்டுக் கூட்டம் மொய்க்கவும் தம் இனிய சுவையில் மாறுபடாது அரிவாளால் வெட்ட முடியாத மரத்தில் உண்டான இனிய கனியான அழகிய தேன்நிறைந்த, முட்டையைப் போன்று முதிர்ந்த பழங்கள், வழியில் செல்பவர்க்கு உணவாகும்; அவர்தம் களைப்பைப் போக்கும். மாறாத விளைவைத் தரும் நறவு என்ற ஊர், வயல்களால் நீங்காத புதிய வருவாயையுடையது. அம்பு தொடுப்பதில் தளராத வில்லை உடைய வீரர்கள், பொங்கும் சிறிய நுண்மையான திவலைகளை வீசும் அலைகளோடும், படிகின்ற மேகத்தோடும் கலந்து வரும், கடற்காற்றால் குளிர்மிக்கு நடுங்கும் நறவு. இத்தகைய இயல்புடைய ஊரில் மெல்லிய மகளிர் கூட்டத்தே சேரலாதன் உள்ளான். அவன் தன் படை, போராகிய கொலைத் தொழிலை விரும்பும் இயல்புடையதாகத்

தான் மென்மையான மகளிருடன் சேர்ந்தவன் எனினும் உள்ளத்தால் போரிடும் தொழிலையே விரும்புவான். ஆதலால் நாம் சென்ற வழி நமக்குப் பகை நாட்டில் பெறும் அரிய அணிகலன்கள் அளவில்லாமல் வழங்குபவன். ஆகவே, பாணன் மகளே, அவனைக் காண்பதற்குச் செல்வோமா!

பதிற்றுப்பத்து ஆறாம் பத்து 60
துறை : விறலி ஆற்றுப்படை
வண்ணம் : ஒழுகு வண்ணம்
தூக்கு : செந்தூக்கு
பெயர் : மரம்படு தீம்கனி

'நரம்புஎழுந்து உலறிய நிரம்பா மென்தோள்,
முளரி மருங்கின், முதியோள் சிறுவன்
படை அழிந்து, மாறினன்' என்றுபலர் கூற,
'மண்டு அமர்க்கு உடைந்தனன் ஆயின், உண்டஎன்
முலைஅறுத் திடுவென், யான்' எனச் சினைஇ,
கொண்ட வாளொடு படுபிணம் பெயரா
செங்களம் துழவுவோள், சிதைந்து வேறு ஆகிய
படுமகன் கிடக்கை காணூஉ,
ஈன்ற ஞான்றினும் பெரிது உவந்தனளே!

திணை : தும்பை; துறை : உவகைக் கலுழ்ச்சி

நரம்புகள் விம்மித் தோன்றும் தளர்ந்த தோள்களும், தாமரை இலை போலும் வயிறுமுடைய முதியவள் ஒருத்தி, போர்க்களத்தில் தன் மகன் பகைவர் படை கண்டு பயந்து புறமுதுகிட்டான் எனக் கேட்டுச் சினந்தாள். "அங்ஙனம் அவன் செய்திருப்பானாயின், அவன் பாலுண்ட என் முலையை அறுத்தெறிவேன்" என்றாள். அவ்வாறே வஞ்சினம் கொண்டவளாய்ப் போர்க்களம் புகுந்து, கையில் வாள் கொண்டு தேடினாள், அங்கொரு பக்கம் தேடிக்கண்ட அவள் மகன் உடல் சிதைந்து வீர மரணம் அடைந்தது அறிந்து பெற்றெடுத்த நாளைக் காட்டிலும் பெரிது உவந்தாள்.

புறநானூறு, 278

காமக்காணிப் பசலையார்

தேம்படு சிலம்பில் தெளஅறல் தழீஇய
துறுகல் அமல தூமணல் அடைகரை,
அலங்குசினை பொதுளிய நறுவடி மாஅத்துப்
பொதும்புதோறு அல்கும் பூங்கண் இருங்குயில்,
கவறுபெயர்த் தன்ன நில்லா வாழ்க்கை இட்டு
அகறல் ஓம்புமின், அறிவுடையீர்! என,
கையறத் துறப்போர்க் கழறுவ போல,
மெய்யுற இருந்து மேவா நுவல,
இன்னாது ஆகிய காலைப் பொருள் வயிற்
பிரிதல் ஆடவர்க்கு இயல்பு எனின்,
அரிதுமன்று அம்ம, அறத்தினும் பொருளே!

தேன் உடையது மலை; அதன் பக்கத்தில் தெளிந்த நீர் சூழ்ந்த உருண்டைக்கல் உண்டு. அதன் அருகில் தூய மணல் மிக்க கரையில் மாமரங்கள் உண்டு. அவை, அசையும் கிளைகளையுடையன; நல்ல மாவடுக்கள் நிரம்பியன. மாமரச் சோலைதோறும் தங்கியிருக்கும் பூப்போன்ற கண்களையுடைய கரிய குயில்கள் ஆணும் பெண்ணும் மெய்யோடு மெய் சேர நின்று, அறிவுடையீர்! வாழ்க்கை சூதாட்டக் கருவி மாறிமாறி விழுவது போல் நிலையில்லாதது. எனவே நிலையற்ற பொருளைத் தேடும் முயற்சியைக் கைவிட்டு, உம் தலைவியரைவிட்டுப் பிரியாமல் சேர்ந்து வாழ்வீர்' என்று கையறத் துறப்போரைப் பார்த்துச் சொல்வதுபோலக் கூவுகின்றன. இவ்வாறான துன்பத்தைத் தருகின்ற இளவேனிற் காலத்தில் பொருளின் பொருட்டுப் பிரிவது ஆண்களின் இயல்பு என்றால் அறத்தினும் பொருள் ஈட்டுதல் உறுதியாக அரியதே போலும்.

நற்றிணை 243; பாலை

காவற்பெண்டு

சிற்றில் நல்தூண் பற்றி, நின் மகன்
யாண்டு உளனோ? என வினவுதி; என் மகன்
யாண்டு உளன் ஆயினும் அறியேன்; ஓரும்
புலி சேர்ந்து போகிய கல்அளை போல,
ஈன்ற வயிறோ இதுவே;
தோன்றுவன் மாதோ, போர்க்களத் தானே!

            திணை : வாகை; துறை : ஏறான் முல்லை.

எனது சிறிய இல்லத்தின் தூணைப் பிடித்து நின்ற படி "உன் மகன் எங்குள்ளான்?" எனக் கேட்கின்றாய். என் மகன் எங்குள்ளானோ யானறியேன். ஆயினும், புலி படுத்திருந்து பின்னர் வெளிச்சென்ற மலைக்குகை போல, அவனைச் சுமந்து பெற்ற வயிறும் இதோ! அவன் போர்க்களத்தில்தான் இருப்பான்.

                                    புறநானூறு, 86

குமுழிஞாழலார் நப்பசலையார்

ஒடுங்கு ஈர் ஓதி நினக்கும் அற்றோ?
நடுங்கின்று, அளித்துஎன் நிறைஇல் நெஞ்சம்.
அடும்புகொடி சிதைய வாங்கி, கொடுங்கழிக்
குப்பை வெண்மணற் பக்கம் சேர்த்தி,
நிறைச்சூழ் யாமை மறைத்து ஈன்று, புதைத்த
கோட்டு வட்டு உருவின் புலவு நாறு முட்டை
பார்ப்பு இடன் ஆகும் அளவை, பகுவாய்க்
கணவன் ஓம்பும் கானல் அம் சேர்ப்பன்;
முள்உறின் சிறத்தல் அஞ்சி, மெல்ல
வாவு உடைமையின் வள்பின் காட்டி,
ஏத்தொழில் நவின்ற எழில் நடைப் புரவி
செழுநீர்த் தண்கழி நீந்தலின், ஆழி
நுதிமுகம் குறைந்த பொதிமுகிழ் நெய்தல்
பாம்பு உயர் தலையின், சாம்புவன நிவப்ப
இரவந் தன்றால் திண்தேர்; கரவாது
ஒல்லென ஒலிக்கும் இளையரொடு வல்வாய்
அரவச் சீறூர் காண,
பகல்வந் தன்றால், பாய்பரி சிறந்தே.

நிறை கருப்பம் அடைந்த பெண் ஆமையானது, அடும்புக்கொடி சிதையுமாறு அதை இழுத்து வளைந்த கழியின் வெண்மையான மணல் மேட்டின் பக்கத்தே சேர்ந்து அதில் மறைவாக ஈன்று புதைத்த, யானைக் கொம்பினால் செய்த வட்டுப்போன்ற வடிவம் உடைய புலால் நாறும் முட்டையை மறைத்து வைக்கும். அதைப் பிளவுடை வாயையுடைய ஆண் ஆமை அம்முடையினின்று குஞ்சு வெளிப்படும் வரை பாதுகாக்கும். இத்தகைய சோலையையுடைய கடற்கரைத் தலைவனுடைய வன்மையான தேரானது அம்பின் விரைவுபோல் அழகிய நடையையுடைய குதிரைகள் தாற்றுக்கோலால் குத்தினால் வேகம் அளவு கடந்து போய்விடும் என அஞ்சிக் கடிவாளத்தால்

குறிப்பிக்க, மெல்லச் செல்லும். அது செழித்த நீர் வாய்ந்த கழியைக் கடக்கும்போது, அத்தேர் உருளையின் கூர்மையான முனையால் அறுக்கப்பட்ட அடும்புகளை நெய்தல் மலர் பாம்பின் மேலே தூக்கிய தலைபோல் வாடி மேல் எழும். இஃது இரவுக் காலங்களில் இதுவரை நிகழ்ந்து வந்தது. இன்று அந்தத் தேர் பாய்கின்ற வேகத்தால் சிறப்புற்று மறையாமல், ஒல் என ஆரவாரம் செய்யும் ஏவல் இளைஞருடன், வலிய வாயால் ஒலியெழுப்பும் சிறிய ஊர் மங்கையர் காணும்படியாய் இன்று பகலிலேயே வந்தது. இச்செய்தியைக் கேட்டு இது நன்மையானதாகவும் இருக்கலாம் என எண்ணாமல் என் நெஞ்சம் நடுங்கியது. கரிய கூந்தலை உடைய தோழியே! உனக்கும் அவ்வாறு நெஞ்சம் நடுங்கியதோ?

அகநானூறு 160; நெய்தல்

குறமகள் இளவெயினி

தமர்தற் தப்பின் அதுநோன் றல்லும்,
பிறர்கை யறவு தான் நாணுதலும்,
படைப் பழி தாரா மைந்தினன் ஆகலும்,
வேந்துடை அவையத்து ஓங்குபு நடத்தலும்,
நும்மோர்க்குத் தகுவன அல்ல; எம்மோன்,
சிலைசெல மலர்ந்த மார்பின், கொலைவேல்,
கோடற் கண்ணி, குறவர் பெருமகன்
ஆடு மழை தவிர்க்கும் பயம்கெழு மீமிசை,
எல்படு பொழுதின், இனம் தலை மயங்கி,
கட்சி காணாக் கடமான் நல்ஏறு
மடமான் நாகு பிணை பயிரின், விடர்முழை
இரும்புலிப் புகர்ப் போத்து ஓர்க்கும்
பெருங்கல் நாடன் எம் ஏறைக்குத் தகுமே.

திணை பாடாண் திணை; துறை இயன்மொழி

தன்னைச் சார்ந்தோர் தவறு செய்வது கண்டு பொறுத்தல், பிறருடைய வறுமை கண்டு உதவாத நிலைக்குத் தான் நாணுதல், படைகள் மோதுகின்ற போர்க்களத்தில் பிறரால் பழிக்கப்படாத வலிமையுடைவனாதல், வேந்தனுடைய அவைக்களத்தில் செம்மாந்து நடத்தல் ஆகியவை உன்னால் மதிக்கப்படும் தலைவர்களுக்குத் தகுந்தவை அல்ல. வில்லினை முழுமையாக வலித்ததால் அகன்ற மார்பும் கொல்லும் வேலும் காந்தள் மலர் மாலையும் அணிந்த குறவர் பெருமகன் எம்மால் மதிக்கப்பெறும் தலைவன். மேகத்தைத் தனது உயரத்தால் தடுக்கும் மலை உச்சியில், கதிரவன் மறைகின்ற மாலைவேளையில், தன் கூட்டத்திலிருந்து தடம் மாறிப் பிரிந்து, தான் சேருமிடம் காணாத கலைமான், இளமையுடைய பிணைமானை அழைக்கும். அந்த ஓசையைப் பிளந்த குகையில் இருந்து செவிமடுக்கும் புகர் நிறமுடைய ஆண் புலியும் உள்ள மலை நாட்டின் தலைவன் எம் ஏறைக்கோன். அவனுக்குத் தான் அனைத்தும் பொருந்தும்.

புறநானூறு, 157

குறமகள் குறியெயினி

நின் குறிப்பு எவனோ தோழி என் குறிப்பு
என்னோடு நிலையாது ஆயினும், என்றும்
நெஞ்சு வடுப் படுத்துக் கெடஅறி யாதே...
சேண் உறத் தோன்றும் குன்றத்துக் கவாஅன்,
பெயல்உழந்து உலறிய மணிப்பொறிக் குடுமிப்
பீலி மஞ்ஞை ஆலும் சோலை,
அம்கண் அறைய அகல்வாய்ப் பைஞ்சுனை
உண்கண் ஓப்பின் நீலம் அடைச்சி,
நீர் அலைக் கலைஇய கண்ணிச்
சாரல் நாடனொடு ஆடிய நாளே.

தோழி! என் எண்ணம் என்னோடு பொருந்தாது. ஆனாலும் அது என்றும் என் நெஞ்சைப் புண்படுத்தித் தான் கெட்டுப் போதலை அறியாதது. உயர்ந்து தோன்றும் மலையின் அடிவாரத்தில் மழையால் நனைந்து வருந்திய, அழகிய புள்ளிகளோடு நீலமணி போன்ற கொண்டையையும் பீலியையுமுடையது மயில்; அது உலாவி வரும் சோலை யிலுள்ள அழகிய பாறையிலிருக்கும் அகன்ற வாயையுடையது குளிர்ச்சியான சுனை. அதிலுள்ள மையுண்ட கண் போன்றது நீல மலர். அதனைச் சூடி நீரலையால் கலைந்து போகிய மாலையையுடையவன் சாரல் நாடன். அவனுடன் சேர்ந்து அருவியில் நீராடிய நாளை நினைத்து மனமானது என்றும் வருந்துவதாக உள்ளது. இது குறித்து உன் கருத்து என்ன?

நற்றிணை 357; குறிஞ்சி

குன்றியனார்

ஐயவி அன்ன சிறுவீ ஞாழல்
செவ்வி மருதின் செம்மலொடு தாஅய்த்
துறை அணிந்தன்று, அவர் ஊரே இறை இறந்து
இலங்கு வளை நெகிழ, சா அய்ப்
புலம்பு அணிந்தன்று, அவர் மணந்த தோளே.

ஞாழல் மரத்தின் வெண்சிறு கடுகைப் போன்ற சிறிய பூக்கள், மருதத்தின் செம்மலர்களாகிய பழம் பூக்களுடன் கலந்து, படித்துறையை அழகுப்படுத்தியிருக்கும் நீர்வளம் கொண்டது அவருடைய ஊர். அவர் முன்னர்த் தழுவி இன்புற்ற தோள்கள், தோள்வளைகள் நெகிழ்ந்து வீழுமாறு தனிமைத் துன்பத்தையே தம் அணியாகப் பெற்றுள்ளன.

குறுந்தொகை 50; மருதம்

தாயங்கண்ணியார்

குய்குரல் மலிந்த கொழுந்துவை அடிசில்
இரவலர்த் தடுத்த வாயில், புரவலர்
கண்ணீர்த் தடுத்த தண்நறும் பந்தர்,
கூந்தல் கொய்து, குறுந்தொடி நீக்கி,
அல்லி உணவின் மனைவியொடு, இனியே
புல்லென் றனையால் வளம்கெழு திருநகர்
வான்சோறு கொண்டு தீம்பால் வேண்டும்
முனித்தலைப் புதல்வர் தந்தை
தனித் தலைப் பெருங்காடு முன்னிய பின்னே.

திணை : பொதுவியல்; துறை : தாபத நிலை

தாளிப்பு மணம் மிக்க கொழுவிய சுவையோடுகூடிய உணவை வருவோருக்கு வழங்கி இரவலரைத் தடுத்த வாயிலையும், தன்னால் புரக்கப்படுவோர் கண்ணீரைப் போக்கியருளிய குளிர்ச்சியான பந்தரையும் உடைய மனையானது தலைமயிரைக் குறைத்து, வளையல் களைந்து, அல்லி அரிசியுணவு கொள்ளும் மனைவியைப் போல பொலிவிழந்துவிட்டது. சுவைப் பால் வேண்டியழும் சிறுவர்தம் தந்தை தனியே சென்ற பெருங்காட்டிற்கு வான் சோற்றுடன் சென்றனர். செல்வம் பொருந்திய அழகிய நகரே பொலிவிழந்தாய்.

புறநானூறு, 250

நக்கண்ணையார்

இறவுப்புறத்து அன்ன பிணர்படு தடவு முதல்
சுறவுக் கோட்டன்ன முள்இலைத் தாழை,
பெருங்களிற்று மருப்பின் அன்ன அரும்பு முதிர்பு,
நல்மான் உளையின் வேறுபடத் தோன்றி,
விழவுக் களம் கமழும் உரவுநீர்ச் சேர்ப்ப!
இன்மணி நெடுந்தேர் பாகன் இயக்க,
செலீஇய சேறி ஆயின், இவளே
வருவை ஆகிய சில நாள்
வாழாளாதல் நற்கு அறிந்தனை சென்மே!

தாழையானது இறா மீனின் முதுகு போன்ற சருச்சரை பொருந்திய பெரிய அடியையுடையது; சுறாமீனின் கொம்பு போன்ற விளிம்பில் முட்களைக்கொண்ட இலையையுடையது; பெரிய ஆண் யானையின் தந்தம் போன்ற அரும்புகளையுடையது; அந்த அரும்புகள் முதிர்ந்து நல்ல பெண் மான் தலைசாய்ந்து நிற்பதுபோல வேறுபடத் தோன்றி, விழாவின் களம் எங்கும் மணம் கமழும். இவ்வளத்தோடு கூடிய பரந்த கடற்பரப்பிற்குத் தலைவனே! பல மணிகளையுடைய நெடிய தேரை, பாகன் செலுத்த உன் ஊர் திரும்பும் நினைப்போடு புறப்படுவாயனால், இவள் நீ திரும்பி வரும் எல்லையாகிய சில நாட்கள்கூட உயிர்வாழ மாட்டாள். இதனை நீ நன்றாக அறிந்துகொண்டு செல்வாயாக.

நற்றிணை 19, நெய்தல்

உள்ளூர் மாஅத்த முள் எயிற்று வாவல்
ஓங்கல்அம் சினைத் தூங்கு துயில் பொழுதின்,
வெல்போர்ச் சோழர் அழிசிஅம் பெருங்காட்டு
நெல்லி அம் புளிச்சுவைக் கனவி யாங்கு,
அதுகழிந் தன்றே தோழி! அவர் நாட்டுப்
பனி பனி அரும்பு உடைந்த பெருந்தாட் புன்னை
துறைமேய் இப்பி ஈரம் புறத்து உறைக்கும்

சிறுகுடிப் பரதவர் மகிழ்ச்சியும்,
பெருந்தண் கானலும், நினைந்த அப்பகலே.

தோழி! ஊரினுள் உயரமான மாமரம் உள்ளது. அதன் உயர்ந்த கிளையில் முள் போன்ற பற்களையுடைய வெளவால் தொங்கி தூங்கிக்கொண்டிருக்கும்போது, வெல்லும் போரையுடைய சோழர் குடியிற் பிறந்த அழிசி என்பவனின் அழகிய பெரிய காட்டிலுள்ள நெல்லிக்கனியின் இனிய புளிச்சுவையைக் கனவில் சுவைத்து மகிழும். அதுபோல அவர் நாட்டிலுள்ள பெரிய அடியையுடைய புன்னை மரத்தின் குளிர்ந்த அரும்புகள் மலர்ந்து கடற்கரைத் துறையில் மேய்ந்து திரியும் சிப்பியின் குளிர்ந்த முதுகின் மேலே வீழும்படியான காட்சியைக் கண்டு மகிழும் சிறு குடிப் பரதவர் மகிழ்ச்சியையும் பெரிய குளிர்ந்த கானலையும் நினைத்த அப்பொழுதே நான் அவரோடு இருப்பதாகக் கனவில் மகிழ்கிறேன். அதுவும் இப்போது கழிந்தது.

நற்றிணை 87; நெய்தல்

நோ, இனி; வாழிய நெஞ்சே மேவார்
ஆர்அரண் கடந்த மாரிவண் மகிழ்த்
திதலை எஃகின் சேந்தன் தந்தை.
தேம் கமழ் விரிதார் இயல்தேர் அழிசி,
வண்டு மூசு நெய்தல் நெல்லிடை மலரும்
அரியல் அம் கழனிஆர்க்காடு அன்ன
கமார்பனைத் தோள்நலம் வீறு எய்திய,
வலைமான் மழைக் கண், குறுமகள்,
சில்மொழித் துவர்வாய் நகைக்கு மகிழ்ந்தோயே!

தேன் மணம் கமழும் விரிந்த மாலையை அணிந்த அழிசி என்பவன் அழகிய தேரினைக் கொண்டவன். பகைவருடைய புகுதற்கரிய அரண்களை வென்று, மழை போல் கொடை வண்ணம் செய்து மகிழ்ந்தவன். புள்ளி பரந்த வேற்படையையுடைய சேந்தன் என்பவனுக்குத் தந்தையாவான். அழிசியின் ஊர் ஆர்க்காடு. அது நெற்கதிர்களிடையே வண்டுகள் மொய்க்கும் நெய்தல் மலர்களில் மலரும் தேனையுடைய அழகிய வயல்கள் நிரம்பியது. அந்த ஆர்க்காடு என்னும் ஊர் போன்றவள் இளைய தலைவி. அவள், விருப்பம்

உண்டாக்கும் பருத்த தோள்களோடு வேறு எவருக்குமில்லாத அழகு மிக்கவள். வலையில் பட்ட மானின் மருண்ட குளிர்ந்த கண்களையுடையவள். சிலமொழி பேசுபவள். அவளுடைய சிவந்த வாயிலிருந்து அரும்பிய புன்னகைக்கு மகிழ்ந்த நெஞ்சமே! நீ இப்போது துன்புறுவாயாக.

நற்றிணை 190; குறிஞ்சி

இடம்படுபு அறியா வலம்படு வேட்டத்து
வாள்வரி நருங்கப் புகல்வந்து, ஆளி
உயர்நுதல் யானைப் புகர் முகத்து ஒற்றி,
வெண்கோடு புய்க்கும் தண்கமழ் சோலைப்
பெருவரை அருக்கத்து ஒருவேல் ஏந்தி,
தனியன் வருதல் அவனும் அஞ்சான்;
பனிவார் கண்ணேன் ஆகி, நோய் அட,
எமியேன் இருத்தலை யானும் ஆற்றேன்
யாங்குச் செய்வாம்கொல் தோழி! ஈங்கைத்
துய்அவிழ் பனிமலர் உதிர வீசித்
தொழில்மழை பொழிந்த பானாட் கங்குல்,
எறிதிரைத் திவலை தூஉம்சிறு கோட்டுப்
பெருங்குளம் காவலன் போல,
அருங்கடி, அன்னையும் துயில் மறந் தனளே.

தோழியே, கேள்! தன்னால் தாக்கப்படும் விலங்குகள் இடப்பக்கத்தில் விழுவதை அறியாத வெற்றி பொருந்திய வேட்டையையுடைய புலியானது நடுங்கிட ஆளி பாய்ந்து, உயர்ந்த நெற்றியையுடைய யானையின் புள்ளி பொருந்திய முகத்தைத் தாக்கி, அதன் வெண்மையான கொம்பைப் பறிக்கும். அத்தன்மை வாய்ந்த குளிர்ந்த மணம் கமிழும் சோலை பொருந்திய மலையின் சாரலில் வேல் ஒன்றை மட்டும் துணையாய்க்கொண்டு வரத் தலைவனும் அஞ்சவில்லை. நீர் படியும் கண்ணை உடையவளாகிப் பிரிவுத் துன்பம் வருத்த நானும் ஆற்றவில்லை. கடுமையான காவலை மேற்கொண்ட அன்னையும், இண்டையின் மலர் உதிரும்படி, பெய்யும்

தொழிலையுடைய மேகம் நீரினைச் சொரியும் நள்ளிரவில், வீசும் அலைகளின் துளிகள் பரவும் சிறிய கரையையுடைய குளத்தைக் காவல் செய்பவனைப் போன்று, உறங்க மறந்து விட்டார்! நாம் என்ன செய்வோம்?

அகநானூறு 252; குறிஞ்சி

நல்வெள்ளியார்

சூருடை நனந்தலைச் சுனைநீர் மல்க,
பெருவரை அடுக்கத்து அருவி ஆர்ப்ப,
கல்லலைத்து இழிதரும் கருவரற் கான்யாற்றுக்
கழைமாய் நீத்தம் காடுஅலை ஆர்ப்ப,
தழுங்குகுரல் ஏறொடு முழங்கி, வானம்
இன்னே பெய்ய மின்னுமால் தோழி!
வெண்ணெல் அருந்திய வரிநுதல் யானை
தண்நறுஞ் சிலம்பில் துஞ்சம்
சிறியிலைச் சாந்தின் வாடுபெருங் காட்டே.

தோழி! மூங்கிலின் வெண்மையான அரிசியைத் தின்ற புள்ளிகளையுடைய நெற்றியைக்கொண்ட யானைகள் குளிர்ந்த நறுமணம் கமழும் மலையில் உறங்கும். சிறிய இலைகளையுடைய சந்தன மரங்கள் வெப்பத்தால் வாடும்படியான பெரிய காட்டில் அச்சத்தைத் தரும், அகன்ற இடத்திலுள்ள சுனையில் நீர் நிறையவும், பெருமலையின் வரிசைகளில் அருவிகள் ஒலிக்கவும், கற்களை உருட்டிக்கொண்டு மிக்க வேகத்துடன் கடுமையாக ஓடி வரும் காட்டாற்றில் மூங்கில்கள் மூழ்குமாறு வெள்ளம் காடுகளை அலைத்து ஓசையிடும். ஓசையுடைய இடியோடு முழங்கி மேகம் இப்பொழுதே மழை பெய்யும்.

நற்றிணை 7; பாலை

பெருங்களிறு உழுவை அட்டென, இரும்படி
உயங்குபிணி வருத்தமொடு இயங்கல் செல்லாது,
நெய்தல் பாசடை புரையும் அம்செவிப்
பைதல் அம்குழவி தழீஇ, ஓய்யென
அரும்புண் உறுநரின் வருந்தி வைகும்
கானக நாடற்கு, இது என்' யான்அது
கூறின் எவனோ தோழீ! வேறு உணர்ந்து,
அணங்குஅறி கழங்கின் கோட்டம் காட்டி,
வெறியென உணர்ந்த உள்ளமொடு மறிஅறுத்து,

அன்னை அயரும் முருகுநின்
பொன்நேர் பசலைக்கு உதவர் மாறே?

தோழி! பெரிய ஆண் யானையைப் புலியானது கொன்றதனால் கரிய பெண் யானை வாட்டமடைந்து துன்பத்தோடும் வருத்தத்தோடும் நடக்க முடியாமல் நடந்து சென்றது. பசுமையான நெய்தல் இலைகள் போன்ற அழகிய காதுகளையுடைய வருந்திய கன்றை அணைத்துக்கொண்டு சென்றது. விரைவாகக் குணமடையாத அரிய புண்ணுடையவரைப் போல அது வருந்தியிருந்தது. அவ்வாறான கானகத்தையுடைய நாடனிடம், உன் தலையளி இன்மையே என் பசலைக்குக் காரணம் என நான் எடுத்துச் சொன்னால் என்ன? அதனால் தவறு ஏற்படுமோ? இல்லையே. அன்னை வேறுபாட்டினை வேறு ஒன்றாக உணர்ந்து தெய்வத்தால் அறியும் கழங்கினுடைய குறியறிந்ததில் தவறு காட்ட, வெறியாட்டத்தால் தீரும் என்று உணர்ந்த உள்ளத்தோடு ஆட்டைப் பலியிட்டு முருகக்கடவுளை வேண்டுவாள். அது உன் பொன் போன்ற பசலைக்கு உதவாது.

நற்றிணை 47; குறிஞ்சி

அமர்க்கண் ஆமான் அருநிறம் முள்காது
பணைத்த பகழிப் போக்கு நினைந்து, கானவன்,
'அணங்கொடு நின்றது மலை, வரன் கொள்க' எனக்
கடவுள் ஓங்கு வரை பேண்மார், வேட்டு எழுந்து,
கிளையொடு மகிழும் குன்ற நாடன்
அடைதரும் தோறும், அருமை தனக்கு உரைப்ப,
'நட்புணர்வு இல்லா நயன் இலோர் நட்பு
அன்ன ஆகுக என்னான்;
ஒல்காது ஒழி; மிகப் பல்கின தூதே.

தோழி! பொருத்தமான கண்களையுடைய காட்டுப்பசுவின் அரிய மார்பிலே தங்காது குறி பிழையாய்ப் போனது. அந்த அம்பின் போக்கை நினைந்து வேடுவன், இம்மலையில் தெய்வம் உறைகின்றது; மழை பெய்ய வரம் பெற வேண்டும் என்று கூறி, உயர்ந்த அம்மலையிலுள்ள கடவுளை வழிபடும் பொருட்டு விரும்பி எழுந்து தன் இனத்தாரோடு வழிபாடு செய்து மகிழ்வான். அக்குன்ற நாட்டையுடைய நம் தலைவன்

நம்மிடம் வரும்போதெல்லாம் உன் அருமையை அவனுக்கு உரைப்போம். “நம்மிடம் அன்பில்லாத நயமில்லார் நட்பு அப்படியே அன்பில்லாது ஆகுக” என்று நீ வெறுத்துக் கூறுவதுபோல அவன் கூறவில்லை. எனவே அவன் உன்னை வரைய வருவான். அயலார் தூது மிகப் பல்கின. எனினும் தளராது உன் வருத்தத்தைக் கைவிடு.

நற்றிணை 165; குறிஞ்சி

கோடுஈர் இலங்கு வளைநெகிழ, நாளும்
பாடுஇல கலிழ்ந்து பனிஆனாவே
துன்அரு நெடுவரைத் ததும்பி அருவி
தண்ணென் முழவின் இமிழ்இசை காட்டும்
மருங்கில் கொண்ட பலவின்
பெருங்கள் நாட! நீ நயந்தோள் கண்ணே.

நெடுமலைச் சாரலில் பொங்கி விழும் அருவி, தண்ணென முழங்கும் முரசின் ஒலிபோல் இசையினைக் காட்டும். அந்த அருவியின் பக்கங்களில் பலாமரங்களைக் கொண்ட பெரிய மலை நாடனே! நீ விரும்பியவள், சங்கினையறுத்துச் செய்த வளைகள் நெகிழவும், தன் கண்கள் நாளும் உறங்காமல் கலங்கி, அவற்றில் நீர்த்துளிகள் நீங்கா நிலையினைப் பெற்றவள் ஆயினள்.

குறுந்தொகை 365; குறிஞ்சி

நெருதல் எல்லை ஏனல் தோன்றி,
திருமணி ஒளிர்வரும் பூணன் வந்து,
புரவலன் போலும் தோற்றம் உறழ்கொள்,
இரவல் மாக்களின் பணிமொழி பயிற்றி,
சிறுதினைப் பருகிளி கடீஇயர், பல் மாண்
குளிர்கொள் தட்டை மதன்இல புடையா,
சூரர மகளிரின் நின்றநீ மற்று
யாரையோ? எம் அணங்கியோய்! உண்கு எனச்
சிறுபுறம் கவையினனாக, அதற்கொண்டு
இகுபெயல் மண்ணின் ஞெகிழ்பு, அஞர் உற்றஎன்
உள் அவன் அறிதல் அஞ்சி, உள் இல்

கடிய கூறி, கைபிணி விடாஅ,
வெரூஉம் மான் பிணையின் ஒரீஇ, நின்ற
என் உரத் தகைமையின் பெயர்த்து, பிறிது என்வயின்
சொல்ல வல்லிற்றும் இலனே; அல்லாந்து,
இனம் தீர் களிற்றின் பெயர்ந்தோன் இன்றும்
தோலாவாறு இல்லை தோழி! நாம் சென்மோ.
சாய்இறைப் பணைத்தோட் கிழமை தனக்கே
மாசு இன்றாதலும் அறியான், ஏசற்று,
என்குறைப் புறனிலை முயலும்
அண்க ணாளனை நகுகம், யாமே.

நேற்றைய பகலில் அழகில் மணி விளங்கும் அணியை அணிந்த ஒருவன் தினைப் புனத்தில் வந்து தோன்றினான். அவன் மன்னன் மகன் போன்ற தனது தோற்றத்துக்கு மாறுபட இரந்து உண்ணும் வறியவர்போல் பணிவுடைய சொற்களைப் பலவாறு பேசினான். சிறிய தினையில், வந்து பொருந்தும் கிளிகளை ஓட்டிய, குளிரும் தட்டையுமாகிய கிளியோட்டும் கருவிகளைக் கையிலே கொண்டு சூரர மகளிர் என்ற தெய்வப் பெண் போன்று எம்மைப் பார்வையால் தீண்டி வருத்தும் நீவிர் யார்? என்னை வருத்தியவளே! உன் பெண்மை நலத்தை அனுபவிப்பேன் என்று சொல்லி, என் பிடரியைத் தன்னுடைய கையால் அணைத்துக்கொண்டான். அவ்வாறு அவன் சொன்ன சொல்லின் கருத்தினை உள்ளத்துள்கொண்டு மழை பெய்யப் பெற்ற மண்போல் நெகிழ்ந்து வருந்தியது என் மனம். இந்நிலையை அவன் அறிந்துகொள்வதை நான் அஞ்சினேன். என் மனத்துடன் பொருந்தாத கொடுஞ் சொற்களைக் கூறி அவனுடைய கைகளை அகற்றினேன். அச்சம் கொண்ட பெண்மானைப் போல் விலகி நின்றேன். அவன் தனக்கு அடங்காத என் வன்செயலைக் கண்டமையால் மீண்டும் என்னிடம் கூறும் வலிமையுடைய சொல் ஒன்றும் இல்லாதவன் ஆனான். அவ்வாறாகி, தான் எண்ணிய எண்ணம் நிறைவேறாது போனதால் மனம் வருந்தித் தன் காதல் பெண் யானையை நீங்கிச் செல்லும் ஆண்யானை போல் சென்றான் அப்புதியவன். அவன் இன்று வந்து நமக்குத் தோற்காதிருத்தல் இல்லை. நுட்பமான நல்ல இலக்கணமுடைய வரிகள் பொருந்திய முன் கையை உடைய மூங்கில் போன்ற என் தோள்

இன்பத்தை அனுபவிக்கும் உரிமை தனக்கே உரியது என்பதை அறியாதவனாய், வருந்தி, என்னால் அடையக்கூடிய செயலுக்கு என்னை இரந்து நிற்பதற்கு முயன்றிட நம் முன் வரும் அவனைப் பழித்து மகிழ்வோம்! தோழி நாம் செல்வோம்! வா!

அகநானூறு 32; குறிஞ்சி

நன்னாகையார்

புள்ளும் மாவும் புலம்பொடு வதிய
நள்ளென வந்தநார் இல் மாலை
பலர்புகு வாயில் அடைப்பக் கடவுநீர்,
'வருவீர் உளீரோ?' எனவும்,
வாரார் தோழி! நம் காதலோரே.

அன்புத் தோழியே! பறவைகளும் விலங்குகளும் தனிமைத் துயரால் தங்கிட, நள்ளென ஓசையுடன் வந்தது அன்பில்லாத மாலைப்பொழுது. பலரும் புகுதற்குரிய வாயிலை அடைப்பதற்கு எண்ணிக் குரல் கொடுப்பவர், உள்ளே வருவதற்கு எவரேனும் உள்ளீரோ? என்றனர். அவ்வாறு குரல் கொடுத்தும், நம் காதலர் வரவில்லையே!

குறுந்தொகை 118; நெய்தல்

'சேறும் சேறும்' என்றலின், பண்டைத் தம்
மாயச் செலவாச் செத்து, மருங்கு அற்று
மன்னிக் கழிக என்றேனே;
ஆசு ஆகு எந்தை யாண்டு உளன்கொல்லோ?
கருங்கால் வெண்குருகு மேயும்
பெருங்குளம் ஆயிற்று என் இடைமுலை நிறைந்தே.

தோழி! செல்ல வேண்டும் செல்ல வேண்டும் எனப் பலமுறை தலைவன் சொன்னான். முன்னர் அவன் கூறிய பொய்ச் செலவென எண்ணி, என்னிடமிருந்து நீங்கி நிலையாகப் போய் விடுக!' என்றேன். ஐயோ! உற்ற துணையாகிய தலைவன் தற்போது எங்கு இருக்கின்றானோ? என் முலைகளின் இடையே நான் அழுத கண்ணீர் நிரம்பி, கருங்கால் வெண்ணிற நாரைகள் மேயும் பெருங்குளம் போல ஆனது.

குறுந்தொகை 325; நெய்தல்

நெடும்பல்லியத்தை

அயிரை பரந்த அம்தண் பழனத்து
ஏந்துஎழில் மலர தூம்புடைத் திரள்கால்
ஆம்பல் குறுநர் நீர்வேட் டாங்கு, இவள்
இடை முலைக் கிடந்தும், நருங்கல் ஆனீர்
தொழுது காண் பிறையின் தோன்றி, யாம் நுமக்கு
அரியம் ஆகிய காலைப்
பெரிய நோன்றனிர்; நோகோ யானே.

அயிரை மீன்கள் மலிந்துள்ள அழகிய நீர்வயலில், தொளையுடைய தண்டினைக்கொண்ட அழகிய ஆம்பலைப் பறிப்பவர், நீர் வேட்கை கொண்டது போலத் தலைவியின் முலைகளிடையே உறங்கும் தகுதி பெற்றிருந்தும், நடுக்கம் கொண்டவரானீர். நாம் தொழுதிடத் தக்க மூன்றாம் பிறை போலத் தோன்றி, நீர் அடைவதற்கு அரிதாயிருந்த களவுக்காலத்தில் பெரிய துன்பங்களையும் பொறுத்திருந்தீர். அதனை எண்ணியே நான் வருந்துகின்றேன்.

குறுந்தொகை 178; மருதம்

மலைஇடை யிட்ட நாட்டரும் அல்லர்
மரந்தலை தோன்றா ஊரரும் அல்லர்
கண்ணில் காண நண்ணுவழி இருந்தும்,
கடவுள் நண்ணிய பாலோர் போல,
ஓரீஇனன் ஒழுகும் என்னைக்குப்
பரியலென்மன் யான், பண்டு ஒரு காலே,

நம் தலைவர் மலைகள் இடைப்பட்ட பகுதியைச் சேர்ந்தவரும் அல்லர்; மரங்களின் உச்சிகள் மறைப்பதால் தெரியாமல் தொலைவில் இருக்கின்ற ஊரைச் சேர்ந்தவரும் அல்லர். கண்ணால் காணும் அளவிலும், வருவதற்குரிய அண்மையில் இருந்தாலும் இறைத் தொடர்புடைய பகுதியினரைப் போல, நம்மைப் பிரிந்தே வாழ்கின்றார். முன்னர் நானும் அன்புடையவளாக இருந்தேன்; இன்று அந்நிலை இல்லை.

குறுந்தொகை 203; மருதம்

பாரி மகளிர்

அற்றைத் திங்கள் அவ்வெண் நிலவின்,
எந்தையும் உடையேன்; எம்குன்றும் பிறர் கொளார்
இற்றைத் திங்கள் இவ்வெண் நிலவின்,
வென்று எறிமுரசின் வேந்தர் எம்
குன்றும் கொண்டார்; யாம் எந்தையும் இலமே!

திணை : பொதுவியல்; துறை : கையறுநிலை

அன்றைய திங்களில் அந்த வெண்ணிலவுப் பொழுதில் எம் தந்தையையும் உடையவராய் இருந்தோம்; எம்முடைய பறம்பு மலையையும் பிறர் கைப்பற்றிக் கொள்ளவில்லை. இன்றைய திங்களில் இந்த வெற்றி முரசுடைய வேந்தர் எம்முடைய மலையையும் கைப்பற்றிக் கொண்டார்; யாம் எம் தந்தையும் இல்லாதவராய் ஆனோம்.

புறநானூறு, 112

பூங்கண் உத்திரையார்

'தாதின் செய்த தண்பனிப் பாவை
காலை வருந்தும் கையாறு ஓம்பு' என
ஓரை ஆயம் கூறக்கேட்டும்,
இன்ன பண்பின் இனை பெரிது உழக்கும்
நன்னுதல் பசலை நீங்க, அன்ன
நசை ஆகு பண்பின் ஒரு சொல்
இசையாது கொல்லோ, காதலர் தமக்கே?

பூக்களின் மகரந்தத்தால் செய்த விளையாட்டுப் பாவை, இரவு முழுக்கக் குளிர் பனியில் கிடந்து காலைப்பொழுதில் வருந்துவதால் பிறந்த செயலறுதலை ஒழிப்பாயாக என்று விளையாடிடும் மகளிர் கூட்டம் கூறியது. அதைக் கேட்டும் அளவற்ற துயரில் வருந்துகின்ற நலமான நெற்றியுடைய இவள் பசலை நீங்க, நமது விருப்பமாகிய 'வரைவேன்' எனும் ஒரு சொல்லைத் தலைவருக்குச் சொல்ல இயலாதோ?

குறுந்தொகை 48; பாலை

காண்இனி வாழி தோழி யாணர்க்
கரும்புனல் அடைகரை நெருங்கயத்து இட்ட
மீன்வலை மாப்பட் டாஅங்கு,
இது மற்று எவனோ, நொதுமலர் தலையே?

அன்புத் தோழியே! நீ வாழ்வாயாக! புது வருவாயாகிய பெரும் வெள்ளம் அடைந்த கரையை உடைய பெரிய குளத்தில் வீசிய மீன்வலையில், விலங்கொன்று தானே அகப்பட்டது போல, வரைவுக்குரிய அயலவரின் முயற்சியானது என்ன பயனைத் தரவல்லது?

குறுந்தொகை 171; மருதம்.

'மீன் உண் கொக்கின் தூவி அன்ன
வால் நரைக் கூந்தல் முதியோள் சிறுவன்
களிறு எறிந்து பட்டனன்' என்னும் உவகை

ஈன்ற ஞான்றினும் பெரிதே; கண்ணீர்
நோன்கழை துயல்வரும் வெதிரத்து
வான் பெயத் தூங்கிய சிதானும் பலவே.

திணை: தும்பை; துறை: உவகைக் கலுழ்ச்சி

மீன் உண்ணும் கொக்கின் வெள்ளை இறகினைப் போல, நரைத்த கூந்தலை உடைய மூதாட்டியின் இளைய மகன் போர்க்களத்தில் ஆண் யானையைக் கொன்று வென்று தானும் இறந்தான். அதைக் கேட்டவள், அவனைப் பெற்றபோது அடைந்த மகிழ்ச்சியைவிடப் பெரிதும் மகிழ்ந்தாள். அதனால் அவளுடைய கண்கள் சொறிந்த கண்ணீர்த் துளிகள், மூங்கிலில் மழை பெய்தபோது தங்கித் தூங்கித் துளிர்க்கும் நீர்த்துளியிலும் மிகுதியாகும்.

புறநானூறு, *277*

பூதப்பாண்டியன் தேவியார்

பல்சான் றீரே! பல்சான் றீரே!
'செல்க' எனச் சொல்லாது, ஒழிக என விலக்கும்,
பொல்லாச் சூழ்ச்சிப் பல்சான் றீரே!
அணில்வரிக் கொடுங்காய் வாள்போழ்ந் திட்ட
காழ்போல் நல்விளர் நறுநெய் தீண்டாது,
அடைஇடைக் கிடந்த கைபிழி பிண்டம்,
வெள்ளெட் சாந்தொடு, புளிப்பெய்து அட்ட
வேளை வெந்தை, வல்சி ஆக,
பரற்பெய் பள்ளிப் பாய் இன்று விதியும்
உயவல் பெண்டிரேம் அல்லேம் மாதோ;
பெருங்காட்டுப் பண்ணிய கருங்கோட்டு ஈமம்
நுமக்கு அரி தாகுகதில்ல எமக்கு எம்.
பெருந்தோட் கணவன் மாய்ந்தென, அரும்பு அற
வள் இதழ் அவிழ்ந்த தாமரை
நள் இரும் பொய்கையும் நீயும் ஓரற்றே!

திணை : பொதுவியல்; துறை :ஆனந்தப்பையுள்

கணவனுடன் செல்க எனச் சொல்லாமல் தடுக்கும் பொல்லாது சூழ்ச்சி செய்யும் சான்றோர் பலரே! அணிலுடைய வரி போன்ற வரிகளை உடைய வளைந்த வெள்ளிரிப் பழத்தின் விதை போன்ற நல்ல மணமான நெய் கலவாத நீர்ச்சோறு, எள் துவையல், புளி சேர்த்த வேளைக்கீரை ஆகியவற்றை உண்டும், பாய் இல்லாமல் பருக்கைக் கல் மேல்படுத்தும், கைம்மை நோன்பியற்றும் பெண்டிர் அல்லேன் நான். புறங்காட்டில் உருவாக்கப்பட்ட கரிய முருட்டால் அடுக்கப்பட்ட ஈமப்படுக்கை உமக்கு அரிதாக விளங்கலாம்; பெரிய தோளையுடைய என் கணவன் மாய்ந்தமையால், அந்த ஈமத்தீயே எமக்கு இதழ் மலர்ந்த தாமரையின் தண்ணீர்ப் பொய்கை நீர் போல் இன்பம் அளிப்பதாகும்.

புறநானூறு, 246

பெருங்கோழிநாய்கன் மகள் நக்கண்ணையார்

அடியுனை தொடுகழல், மைஅணல் காளைக்கு என்
தொடிகழித் திடுதல் யான்யாய் அஞ்சுவலே;
அடுதோள் முயங்கல் அவை நாணுவலே;
என்போல் பெருவிதுப் புறுக என்றும்
ஒருபாற் படாஅ தாகி,
இருபாற் பட்ட இம்மையல் ஊரே!

திணை : கைக்கிளை; துறை : பழிச்சுதல்

அடியில் வீரச்கழல் அணிந்த, மை போன்ற கரிய தாடியுடைய காளை ஒருவனுக்காக என் வளைகள் நெகிழ்ந்தன; எனவே அன்னையைக் காண அஞ்சுகிறேன்; பகை வென்ற அவனுடைய தோள் தழுவ விரும்பினாலும், அவையினரைக் கண்டு நாணுகிறேன். அன்னையின் பக்கமாயினும் அவையின் பக்கமா யினும் ஒரு பக்கமாகாமல், அன்னையும் அவையுமாய் இரு பக்கங்களிலும் அமைந்த இம்மயக்கத்தையுடைய ஊர் என்னைப் போல நடுக்கமுறுவதாக.

புறநானூறு, 83

என்னை, புற்கை உண்டும் பெருந்தோ ளன்னே;
யாமே, புறஞ் சிறை இருந்தும் பொன் அன்னம்மே;
போர் எதிர்ந்து என்னை போர்க்களம் புகினே,
ஏமுற்றுக் கழிந்த மள்ளர்க்கு
உமணர் வெரூஉம் துறையன் னன்னே.

திணை : கைக்கிளை; துறை : பழிச்சுதல்

என் தலைவன் கூழ் குடித்தாலும் தோள் வலிமை உடையவன். வேலிப்புறத்திலிருந்து பலமுறை அவனைக் கண்டாலும் உடலால் தழுவாமையினால், வருந்திப் பசலை நோயுற்றுப் பொன் போன்ற நிறத்தையுடையவள் ஆயினேன். அவன் போர்க்களம் புகுந்தால், உமணராகிய உப்புவணிகர் உப்பைச் சுமந்து செல்ல அஞ்சத்தக்க ஏற்ற இறக்கங்களை உடைய வழியினைப் போல் பகைவரை அச்சமுறச் செய்வான்.

புறநானூறு, 84

என்னைக்கு ஊர் இஃது அன்மையானும்,
என்னைக்கு நாடு இஃது அன்மையானும்,
'ஆடு ஆடு' என்ப, ஒரு சாரோரே;
ஆடு அன்று' என்ப, ஒரு சாரோரே;
நல்ல, பல்லோர் இரு நன் மொழியே;
அம் சிலம்பு ஒலிப்ப ஓடி, எம் இல்,
முழா அரைப் போந்தை பொருந்தி நின்று,
யான் கண்டனன் அவன் ஆடு ஆகுதலே.

திணை: கைக்கிளை; துறை : பழிச்சுதல்.

என் தலைவனது ஊர் இஃதன்று; என் தலைவனது நாடு இஃதன்று; அதனால் அவனுக்கு இயல்பாகிய வெற்றியையும் இருவகையாகப் பேசுவர். அவனுடைய வெற்றி என்பார் சிலர் இல்லை என்பார் சிலர். என் செவிகளுக்கு இருசாரார் சொற்களும் நன்றானவையே! வீட்டின் முன்னே முழாப் போலும் என் அழகிய சிலம்புகள் ஒலித்திட ஓடிச்சென்று, பனையைப் பொருந்தி நின்று, அவனுடைய வெற்றியாதலைக் கண்டேன்.

புறநானூறு, 85

பேய்மகள் இளவெயினி

அரி மயிர்த் திரள் முன்கை,
வால் இழை, மட மங்கையர்,
வரி மணல் புனை பாவைக்குக்
குலவுச் சினைப் பூக் கொய்து,
தண் பொருநைப் புனல் பாயும்.
விண் பொரு புகழ், விறல் வஞ்சி,
பாடல் சான்ற விறல் வேந்தனும்மே,
வெப்பு உடைய அரண் கடந்து,
துப்பு உறுவர் புறம் பெற்றிசினே;
புறம் பெற்ற வய வேந்தன்
மறம் பாடிய பாடினியும்மே,
ஏர் உடைய விழுக் கழஞ்சின்,
சீர் உடைய இழை பெற்றிசினே;
இழை பெற்ற பாடினிக்குக்
குரல் புணர் சீர்க் கொளை வல் பாண் மகனும்மே,
என ஆங்கு,
ஒள்அழல் புரிந்த தாமரை
வெள்ளி நாரால் பூப்பெற்றிசினே.

திணை : பாடாண்திணை; துறை : பரிசில் கடாநிலை.

மென்மயிர் திரண்ட முன்கைகளையும் தூய அணிகலன்களையும் உடைய இளமங்கையர் வண்டல் மண்ணால் செய்த சிற்றில்லில் பாவை புனைந்து, அதற்குக் கோட்டுப் பூச்சூடி மகிழ்வர்; குளிர்ந்த பொருநை ஆற்றில் நீராடி மகிழ்வதற்கு ஏற்ற இடம் வஞ்சி மாநகர். அந்நகரில் பாடலில், பாடுபொருளாக அமைந்த வெற்றிவேந்தன் பகைவரின் அரசணை அழித்து, வலிமையுடன் எதிர்த்த பகைவரை புறங்காட்டி ஓடுமாறு செய்து வெற்றியடைந்தான். அவ்வேந்தனின் வீரத்தைப் பாடிய பாடினிக்குப் பல கழஞ்சு எடையளவு கொண்ட பொன்னால் செய்யப்பெற்ற அழகிய அணியானது பரிசிலாகத் தரப்பட்டது. இசைந்து பாடிய பாணன் ஒளிவீசும் நெருப்பில் இட்டுச் சேர்த்து, வெள்ளிக் கம்பியால் தொடுக்கப்பட்ட பொற்றாமரை மாலையினைப் பரிசாகப் பெற்றான்.

புறநானூறு, 11

பொதும்பில் புல்லாளங் கண்ணியார்

படுமழை பொழிந்த பயம்மிகு புறவின்
நெடுநீர் அவல பகுவாய்த் தேரை
சிறுபல் இயத்தின் நெடுநெறிக் கறங்க,
குறும்புதற் பிடவின் நெருங்கால் அலரி
செந்நில மருங்கின் நுண்அயிர் வரிப்ப,
வெஞ்சின அரவின் பைஅணந் தன்ன
தண்கமழ் கோடல் தாதுபிணி அவிழ,
திரிமருப்பு இரலை தெள்அறல் பருகிக்
காமர் துணையொடு ஏமுற வதிய,
காடுகவின் பெற்ற தண்பதப் பெருவழி;
ஓடுபரி மெலியாக் கொய்சுவற் புரவித்
தான்தாழ் தார்மணி தயங்குபு இயம்ப
ஊர்மதி வலவ! தேரே சீர் மிகுபு
நம் வயிற் புரிந்த கொள்கை
அம்மா அரிவையைத் துன்னுகம், வரைந்தே.

தேர்ப்பாகனே! மிக்க மழை பெய்ததால் முல்லை நிலமெங்கும் நீரையுடைய ஆழமான பள்ளங்களில் உள்ள பிளந்த வாயையுடைய தவளைகள், நீண்ட வழியெங்கும் பல சிறிய இசைக்கருவிகளை வாசிப்பது போல் ஒலிக்கும். பிடவுப் புதரின் நீண்ட காம்பையுடைய மலர்கள் செம்மண் நிலத்தில் உதிர்ந்து அழகுடன் விளங்கும். கொடிய சினம் உடைய பாம்பின் படமானது மேலே உயர்வதுபோல் குளிர்ந்த காந்தள் பூ கட்டவிழ்ந்து விரியும். முறுக்கிய கொம்பையுடைய ஆண்மான் தெளிந்த நீரைக் குடித்து விருப்பம் உடைய துணையுடன் இன்பம் மிகத் தங்கும். இங்ஙனம் நிகழக் காடு அழகுபெற்றுக் குளிர்ந்த இயல்புடையதாகும், அதன் பெரிய வழி. அவ்வழியில் ஓடும் வேகம் குறையாத கொய்யப்பட்ட பிடரி மயிரை உடைய குதிரையின், கால் வரை தாழ்வான மாலையில் உள்ள மணிகள் ஒலிக்கத் தேரை ஓட்டுவாயாக! நம்மிடத்து விரும்பிய கொள்கையையுடைய அழகிய மாந்தளிர் போன்ற நிறத்தையுடைய தலைவியை விரைவாகச் சென்று அடைவோம்.

அகநானூறு 154; முல்லை

பொன்மணியார்

உவரி ஒருத்தல் உழாஅது மடியப்
புகரி புழுங்கிய புயல் நீங்கு புறவில்,
கடிதுஇடி உருமின் பாம்பு பை அளிய,
இழயொடு மயங்கி இனிது வீழ்ந்தன்றே;
வீழ்ந்த மாமழை தழீஇப் பிரிந்தோர்
கையற வந்த பையுள் மாலை,
பூஞ்சினை இருந்த போழ்கண் மஞ்ஞை
தாஅம்நீர் நனந்தலை புலம்பக்
கூஉம் தோழி பெரும் பேதையவே!

அன்புத் தோழியே! புள்ளி மான்கள் வெப்பத்தால் வருந்தின. முல்லை நிலத்தில் மழை பெய்ய, உழவை வெறுத்துச் சோம்பின எருதுகள். இடியோசையினால் பாம்புகள் அஞ்சுமாறு மழையும் இனிதாகப் பெய்யத் தொடங்கியது. அதனையொட்டித் தலைவரைப் பிரிந்த மகளிர், செயலறும் துன்பத்தைத் தரும் மாலையும் வந்தது. மலர்கள் பூத்துள்ள கிளையில் அமர்ந்து இருந்த சிறுவட்டக் கண்களைக் கொண்ட மயில்கள், பாயும் நீருடைய அகன்ற இடத்தில் தனித்து இருந்து வருத்தமுற அகவுகின்றன. அவை மிக்க பேதைமையுடையன.

குறுந்தொகை 391; முல்லை

பொன்முடியார்

பருத்தி வேலிச் சீறூர் மன்னன்
உழுத்ததர் உண்ட ஓய்நடைப் புரவி,
கடல்மண்டு தோணியின், படை முகம் போழ
நெய்ம்மிதி அருந்திய, கொய்சுவல் எருத்தின்,
தண்ணடை மன்னர், தாருடைப் புரவி
அணங்குடை முருகன் கோட்டத்துக்
கலம்தொடா மகளிரின், இகந்து நின்றவவே.

திணை:நொச்சி; துறை :குதிரைமறம்.

பருத்தியை வேலியாகக்கொண்ட சிறந்த ஊர்க்கு மன்னனுடைய உழுத்த உமி தின்று கொழுத்த நடைக்குதிரை, கடலிற் செல்லும் தோணி போலப் படையைக் கிழித்துச் செல்ல, நெய்யுணவை உண்ட, சீராகக் கத்திரிக்கப்பட்ட பிடரியினையுடைய பகை மன்னர் குதிரைகள், முருகன் கோயிலில் புழங்கும் கலங்களைத் தொடுகிற்கில்லாமல் விலக்குடையராகிய மகளிரைப் போலப் பின்னிட்டு நின்றன.

புறநானூறு, 299

பால்கொண்டு மடுப்பவும் உண்ணான் ஆகலின்,
செறாஅது ஓச்சிய சிறுகோல் அஞ்சியொடு,
உயவோடு வருந்தும் மன்னே! இனியே
புகர்நிறம் கொண்ட களிறு அட்டு ஆனான்,
முன்நாள் வீழ்ந்த உரவோர் மகனே,
உன்னிலன் என்னும், புண் ஒன்று அம்பு
மான் உளை அன்ன குடுமித்
எல்மிசைக் கிடந்த புல் அண லோனே.

திணை : தும்பை; துறை : நூழிலாட்டு

மழலைப் பருவத்தில் பாலுண்ண மறுக்கவும், சினந்தவள் போலச் சிறுகோல் ஓங்கினும் அஞ்சி உண்ணும் தன்மையுடையவனுக்காக வருந்தும் மனமே! முன்னர்ப் போரிட்டுக் களத்திலே பட்ட ஆற்றல்மிகு என் தலைவனின் மகன் என்பதற்கேற்ப இன்றோ, புள்ளிகள் கொண்ட களிறுகளைக் கொன்றதோடு, விழுப்புண் பட்டு வீழ்ந்து கிடந்தவனை எடுத்து, 'மார்பில் அம்பு பாய்ந்துள்ளதே!' என வருந்தினேன்; அவன் "அதை யான் அறியேனே!" என்றான். அவன் குதிரையின் உளைமயிர் போலும் குடுமியுடனே கேடயம் கீழ்ப்பட அதன்மேல் வீழ்ந்து கிடக்கும் புல்லிய தாடியையுடையான்.

புறநானூறு, 310

ஈன்ற புறந்தருதல் என்தலைக் கடனே;
சான்றோன் ஆக்குதல் தந்தைக்குக் கடனே;
வேல்வடித்துக் கொடுத்தல் கொல்லற்குக் கடனே;
நன்னடை நல்கல் வேந்தற்குக் கடனே,
ஒளிறுவாள் அருஞ்சமம் முருக்கி,
களிறுஎறிந்து பெயர்தல் காளைக்குக் கடனே.

திணை : வாகை; துறை : மூதின் முல்லை

பெற்றெடுப்பது எனது முதற்கடமை; சான்றோனாக ஆக்குதல் தந்தையின் கடமை; வேல் வடித்துக் கொடுத்தல் கொல்லனின் கடமை, போர்ப்பயிற்சி கொடுத்தல் வேந்தனின் கடமை; ஒளி வாளைச் சுழற்றிப் போரில் அஞ்சாது யானையைக் கொன்று வென்று திரும்புதல் காளையின் கடமையே!

புறநானூறு, 312

போந்தைப் பசலையார்

அன்னை அறியினும் அறிக;
அலர்வாய் அம்மென் சேரி கேட்பினும் கேட்க;
பிறிது ஒன்று இன்மை அறியக்கூறி,
கொடுஞ்சுழிப் புகாஅர்த் தெய்வம் நோக்கி,
கருஞ்சூள் தருகுவன், நினக்கே; கானல்
தொடலை ஆயமொடு கடலுடன் ஆடியும்,
சிற்றில் இழைத்தும், சிறு சோறு குவைஇயும்,
வருந்திய வருத்தம் தீர, யாம் சிறிது
இருந்தன மாக, எய்த வந்து,
தடமென் பணைத்தோள் மடநல்லீரே!
எல்லும் எல்லின்று; அசைவு மிக உடையேன்;
மெல் இலைப் பரப்பின் விருந்து உண்டு, யானும் இக்
கல்லென் சிறுகுடித் தங்கின் மற்று எவனோ?'
என மொழிந் தனனே, ஒருவன். அவற் கண்டு,
இறைஞ்சிய முகத்தெம் புறம் சேர்புபொருந்தி,
'இவை நுமக்கு உரிய அல்ல; இழிந்த
கொழுமீன் வல்சி' என்றனம், இழுமென.
'நெடுங்கொடி நுடங்கும் நாவாய் தோன்றுவ
காணா மோ?' எனக் காலின் சிதையா,
நில்லாது பெயர்ந்த பல்லோ ருள்ளும்
என்னே குறித்த நோக்கமொடு, நன்னுதால்
ஒழிகோ யான்?' என அழிதகக் கூறி,
யான் 'பெயர்க' என்ன, நோக்கி, தான்தன்
நெடுந்தேர்க் கொடிஞ்சி பற்றி
நின்றோன் போலும் என்றும் என் மகட்கே.

தாயே! இவள் ஏன் இவ்வாறு ஆனாள் என்பதை யானும் அறியேன். என்றாலும் நானும் தலைவியான இவளும் மாலை போல் எங்களைத் தொடர்ந்து வரும் தோழியர் கூட்டத்துடன் சென்று கடலில் நீராடினோம்; கடற்கரைச் சோலையில் மணல் வீடு கட்டியும் சிறுசோறு சமைத்தும் விளையாடினோம்.

இவற்றால் எங்களுக்கு உண்டான களைப்பு நீங்க யாம் சிறிது இளைப்பாறிச் சோலையில் இருந்தோம். அப்போது, ஒருவன் எம்மிடம் நெருங்கி வந்தான். நீண்ட மென்மையான தோளையுடைய மடப்பம் வாய்ந்த நல்லவரே, பகற்போதும் ஒளிகுன்றியது. யானும் மிகவும் இளைப்புடையவனாய் உள்ளேன். ஆதலால் இந்த மெல்லிய இலைப்பரப்பிலே நீங்கள் சமைத்த இந்தச் சோற்றை விருந்தினனாய் இருந்து உண்டு ஆரவாரம் உடைய இச்சிறு குடியில் தங்கினால் உங்களுக்கு ஏதேனும் இடையூறு உண்டோ? என்று வினவினான். நாங்கள் அந்தப் புதியவனைக் கண்டமையால் குனிந்த முகத்துடன், ஒருவர் பின் ஒருவர் மறைவான இடத்தைச் சேர்ந்திருந்து இழும் என்னும் மென்மையான சொல்லால் அவன் வினவியதற்கு விடையாய், இந்த உணவு உமக்கு ஏற்றது அன்று. இழிந்த கொழு மீனால் ஆன உணவு! எனச் சொன்னோம். பின்பு, தோழியரே! கொடிகள் அசையும் நாவாய்கள் தோன்றுகின்றன. அவற்றைச் சென்று காண்போம் எனச் சொல்லிக்கொண்டு நாங்கள் கட்டிய சிற்றில், சிற்றுண்டி முதலியவற்றைக் காலால் அழித்துவிட்டு அங்கு நில்லாமல் சென்றோம். அப்பலருள்ளும், அவன் என்னை நோக்கிய பார்வையுடனே, நல்ல நெற்றியை உடையவளே! நான் போகவோ! என்று தன் நெஞ்சம் அழியுமாறு கூறினான். அவ்வாறு கூறிட, அதைக் கேட்ட நான், நீவிர் செல்லுக! என்று சொன்னேன். அவன் அவ்விடத்தினின்றும் அகலவில்லை. அவன் தன் தேரின் கொடிஞ்சியைப் பற்றிக் கொண்டு என்னை நோக்கியபடியே நின்றனன். இன்றும் என் கண்முன் நிற்பது அதுவே போலும்! இந்த நிகழ்ச்சியை நற்றாய் அறியினும் அறிக! அலர் கூறும் வாயையுடைய இச்சேரியில் வாழ்பவர்களான மகளிர் அலர் தூற்றினும் தூற்றுக. அன்னையே, நான் உனக்குத் தலைவியின் மெய் வேறுபாட்டிற்கு இதுவல்லாது நான் அறிந்த காரணம் வேறு ஒன்றும் இல்லாமையை நீ அறியச் சொல்லி, வளைந்த கழிகள் பொருந்திய புகாரிடத்துள்ள வருணனான தெய்வத்தை நோக்கிப் பொய்க்க ஒண்ணாத சூள் செய்து தருவேன்.

அகநானூறு 110; நெய்தல்

மதுரை மேலைக்கடையத்தார் நல்வெள்ளையார்

நகுகம் வாராய் பாண! பகுவாய்
அறபெய் கிண்கிணி ஆர்ப்ப, தெருவில்
தேர்நடை பயிற்றும் தேமொழிப் புதல்வன்
பூ நாறு செவ்வாய் சிதைத்த சாந்தமொடு
காமர் நெஞ்சம் துரப்ப, யாம்தன்
முயங்கல் விருப்பொடு குறுகினே மாக,
பிறை வனப்பு உற்ற மாசுஅறு திருநுதல்
நாறு இருங் கதுப்பின் எம் காதலி வேறு உணர்ந்து,
வெரூஉம் மான் பிணையின் ஓரீஇ,
யாரையோ? என்று இகந்துநின் றதுவே!

பாணனே! பிளந்த வாய் வழியாக உள்ளே பரல்கள் இடப்பட்ட கிண்கிணி காலில் கிடந்து ஒலிப்பத் தெருவிலே வந்து சிறுதேர் உருட்டி நடை பழகிக்கொண்டிருந்த தேன் போன்ற இனிய மழலை பேசும் என் புதல்வனைக் கண்டேன். அவனைத் தூக்கி என மார்போடு அணைத்தேன். பூமணம் கமழும் அவனது சிவந்த வாய் நீராலே என் மார்புச் சந்தனம் சிதைந்தது. அச்சிதைவோடு என் வேட்கையுள்ள நெஞ்சம் தூண்டியதால் நான் அவளைத் தழுவும் விருப்பத்தோடு நெருங்கினேன். அப்போது மூன்றாம் பிறைத் திங்கள் போன்ற அழகு பொருந்திய குற்றமற்ற சிறப்புடைய நெற்றியையும் நறுமணம் கமழும் கரிய கூந்தலையுமுடைய என் காதலி வேறுபட நினைத்து, வெருண்டு மிரளும் பெண்மானைப் போல ஒதுங்கிச் சென்று யார் நீ என்று சொல்லி அப்பால் சென்று நின்றாள். அவளுடைய செயலை நினைக்கும்போது நகைப்புத் தோன்றுதலால் நாம் இருவரும் நகைப்போம்.

நற்றிணை 250; மருதம்

சுடர்சினம் தணிந்து குன்றம் சேர,
நிறைபறைக் குருகினம் விசும்பு உகந்து ஓழுக,

எல்லை பைபயக் கழிப்பி, முல்லை
அரும்புவாய் அவிழும் பெரும்புன் மாலை
இன்றும் வருவது ஆயின், நன்றும்
அறியேன் வாழி தோழி! அறியேன்,
ஞெமைஓங்கு உயர்வரை இமயத்து உச்சி,
வாஅன் இழிதரும் வயங்குவெள் அருவிக்
கங்கைஅம் பேர்யாற்றுக் கரை இறந்து இழிதரும்
சிறைஅடு கரும்புனல் அன்ன, என்
நிறைஅடு காமம் நீந்துமாறே.

தோழி! கதிரவன் வெம்மை தணிந்து மேற்குன்றில் சென்று மறைந்தது. அடர்த்தியான சிறகுகளையுடைய நாரைக் கூட்டம் வானத்திலே நெருங்கிப் பறந்து சென்றது. பகற்பொழுது மெல்ல மெல்லக் கழிந்திட முல்லை அரும்பு மலர்ந்த பெரிய புல்லிய மாலைக் காலம் இன்று வருமாயின் நல்லதா தீயதா என்று நான் அறியேன். ஞெமை மரங்கள் வளர்ந்து உயர்ந்த மலையாகிய இமயமலையின் உச்சியில் தோன்றி, வானிலிருந்து கீழே இறங்கி விளங்கிய வெள்ளை நிறமான அருவியாகி, கங்கையாறு என்ற பெயர் பெற்றுக் கரையைக் கடந்து, அணைகளை உடைத்தெறியும் வெள்ளம் போல என்னுடைய ஒழுக்கத்தை அடித்துக்கொண்டு போகும் என் காமம். இக்காம வெள்ளத்தை நான் நீந்துவது எங்ஙனம்? அதனை அறியேன்.

நற்றிணை 369; நெய்தல்

மாரிப்பித்தியார்

ஓவத்து அன்ன இடனுடை வரைப்பில்,
பாவை அன்ன குறுந்தொடி மகளிர்
இழைநிலை நெகிழ்த்த மள்ளற் கண்டிகும்
கழைக்கண் நெடுவரை அருவி ஆடி,
கான யானை தந்த விறகின்
கடுந்தெறல் செந்தி வேட்டு,
புறம்தாழ் புரிசடை புலர்த்து வோனே!

திணை : வாகை; துறை : தாபத வாகை

ஓவியம் போன்ற அழகிய வீட்டில், பாவையைப் போன்று சிறிய வளை அணிந்த மகளிர்தம் அணிகலன்கள் கழலுமாறு காதல் தீ மூட்டித் துன்புறுத்தியவனைக் கண்டோம். அவன் மூங்கில் புதருடைய நெடிய மலையிலுள்ள அருவியில் நீராடி, காட்டு யானையால் கொண்டு வரப்பட்ட விறகினால் உருவாக்கப்பட்ட செந்தீயில், தொங்கும் சடையை உலர்த்துபவன்.

புறநானூறு, 251

கறங்குவெள் அருவி ஏற்றலின், நிறம் பெயர்ந்து,
தில்லை அன்ன புல்லென் சடையோடு,
அள்இலைத் தாளி கொய்யு மோனே
இல்வழங்கு மடமயில் பிணிக்கும்
சொல்வலை வேட்டுவன் ஆயினன், முன்னே!

திணை : வாகை; துறை : தாபத வாகை

ஒலிக்கும் வெள்ளிய அருவி நீரைக் கொள்வதால் தனது கருநிறம் மாறுபட்டுத் தில்லை இலைபோல் நிறம் மாறிய சடையுடன் கூடியவனாக, செறிந்த இலைத்தாளியிலே தளிர் கொய்கின்ற இவனே, இல்லத்தில் வாழ்கின்ற மயில் போன்ற இளமகளிரைத் தன் காதற் சொற்களால் வலைப்படுத்தித் துன்புறுத்தும் வேடுவனாக விளங்கியவன்.

புறநானூறு, 252

மாறோக்கத்து நப்பசலையார்

வாரல் மென்தினைப் புலவுக் குரல் மாந்தி,
சாரல் வரைய கிளையுடன் குழீஇ,
வளிஎறி வயிரின் கிளிவளி பயிற்றும்
நளிஇருஞ் சிலம்பின் நல்மலை நாடன்,
புணரின், புணருமார் எழிலே; பிரியின்,
மணிமிடை பொன்னின் மாமை சாய, என்
அணிநலம் சிதைக்குமார் பசலை; அதனால்,
அசுணம் கொல்பவர் கைபோல், நன்றும்,
இன்பமும் துன்பமும் உடைத்தே,
தண்கமழ் நறுந்தார் விறலோன் மார்பே.

மலைச்சாரலில் வாழும் கிளிகள் தம் இனத்துடன் ஒன்றுகூடி பால் பிடித்த மெல்லிய தினையின் முற்றிய மணம் நிரம்பிய கதிர்களைத் தின்னும்; காற்று வீசும் மூங்கில் எழும் ஒலி போல ஒலியெழுப்பும்; குளிர்ந்த பெரிய பக்க மலைகளையுடைய நல்ல மலைநாடன் என்னோடிருந்தால் என் எழில் கூடுதலாகும். அவர் என்னைப் பிரிந்தால் நீலமணியின் இடைப்பட்ட பொன் போல, என் மாந்தளிர்த் தன்மை கெடும்; என் அழகிய நலத்தைப் பசலை தோன்றிச் சிதைக்கும். அதனால் குளிர்ந்த மணம் கமழும் சிறந்த மாலையணிந்த வலிமையுடைய காதலர் மார்பு, இசையறியும் அசுணம் என்னும் விலங்கைக்கொள்பவர் கைபோலப் பெரிதும் இன்பமும் துன்பமும் ஒருசேரப் பெற்றுள்ளது.

நற்றிணை 304; குறிஞ்சி

நஞ்சுடை வால் எயிற்று, ஐந்தலை சுமந்த,
வேக வெந்திறல், நாகம் புக்கென,
விசும்புதீப் பிறப்பத் திருகி, பசுங்கொடிப்
பெருமலை விடரகத்து உரும்எறிந்தாங்கு,
புள்உறு புன்கண் தீர்த்த, வெள்வேல்,
சினம் கெழுதானை, செம்பியன் மருக!
கராஅம் கலித்த குண்டுகண் அகழி,

இடம்கருங் குட்டத்து உடன்தொக்கு ஓடி,
யாமம் கொள்பவர் சுடர்நிழல் கதூஉம்
கடுமுரண் முதலைய நெடுநீர் இலஞ்சி,
செம்புறம் புரிசை, செம்மல் மூதூர்,
வம்புஅணி யானை வேந்து அகத்து உண்மையின்,
'நல்ல' என்னாது, சிதைத்தல்
வல்லையால், நெருந்தகை செருவத் தானே.

திணை : வாகை; துறை : அரச வாகை

புறாவாகிய ஒரு பறவையின் துன்பத்தைத் தீர்த்த, வெள்ளிய வேலுடன் கோபம் பொருந்திய படையைக்கொண்ட செம்பியன் மரபினனே! உன்னால் முற்றுகையிடப்பட்ட பகைவரின் தலைமை அமைந்த மூதூரில் முதலை இனமாகிய கராம் நிறைந்த ஆழமான அகழியில், இரவுக் காவலர்களின் விளக்கு நிழலைக் கவ்விப்பிடிக்கும் முரட்டு முதலைகள். செம்பு போன்ற செம்மையான மதிலை உடைய அவ்வூரினை கச்சணிந்த யானையையுடைய பகைவேந்தன் பதுங்கியிருந்ததமையினால், நலம் பாராது, நஞ்சுடைய வெண்பற்களைக் கொண்ட ஐந்து தலை நாகப் பாம்பு நுழைந்த பெருமலையின் குகை மீது இடிவிழுந்தாற் போல நெருப்பிலிட்டு அழித்தாய்.

புறநானூறு, 37

புறவின் அல்லல் சொல்லிய, கறையடி
யானை வான் மருப்பு எறிந்த வெண்கடைக்
கோல்நிறை துலாஅம் புக்கோண் மருக1
ஈதல் நின்புகழும் அன்றே; சார்தல்
ஒன்னார் உட்கும் துன்அருங் கடுந்திறல்
தூங்குஎயில் எறிந்தநின் ஊங்கணோர் நினைப்பின்,
அடுத்தல்நின் புகழும் அன்றே; கெடு இன்று,
மறம்கெழு சோழர் உறந்தை அவையது,
அறம் நின்று நிலையிற்று ஆகலின், அதனால்
முறைமை நின்புகழும் அன்றே; மறம் மிக்கு
எழுசமம் கடந்த எழு உறழ் திணிதோள்,
கண்ஆர் கண்ணி, கலிமான், வளவ1

யாங்ஙனம் மொழிகோ யானே ஓங்கிய
வரைஅளந்து அறியாப் பொன்படு நெடுங்கோட்டு
இமயம் சூட்டிய ஏம விற்பொறி,
மாண்வினை நெடுந்தேர், வானவன் தொலையா,
வாடா வஞ்சி வாட்டும் நின்
விடுகெழு நோன்தாள் பாடுங் காலே?

திணை : பாடாண்திணை; துறை : இயன்மொழி

புறாவின் துயர் போக்கிடக் கறையமைந்த அடிகளையுடைய யானையின் வெள்ளைக் கொம்பினைக் கடைந்து செறிக்கப்பட்ட வெண்முனைகளையுடைய கோலுடைத் துலாவில் தானே அமர்ந்த சோழர் மரபினனே! அவ்வகையில் ஈதல் என்பது உனக்குப் புகழன்று. பகைவர் நெருங்கிட அஞ்சும்படியான அணுகுவதற்கு அரிய, மிக்க வலிமையுடைய வானத்துத் தூங்கெயிலை அழித்த உன் முன்னோரை நினைத்துப் பார்த்தால் போர் வெற்றியும் உனக்குப் புகழன்று. வீரசோழரின் உறையூர் அவையில், அறமானது நிலை பெற்றதே. எனவே, முறை செய்வதென்பதும் உனக்குப் புகழன்று. இமயத்தில் வில் பொறித்த நெடுந்தேர்ச் சேரனை வென்று, அவனது வஞ்சி மாநகரையும் அழித்த உனது பெருந்தோள் சிறப்பை எங்ஙனம் புகழ்வேன்? திண்ணிய தோளும், கண்கவர் மாலையும், கடுவலிக் குதிரையும் உடைய சோழன் குளமுற்றத்துத் துஞ்சிய கிள்ளிவளவனே! கூறுவாயாக!

புறநானூறு, 39

ஓன்னார் யானை ஓடைப்பொன் கொண்டு,
பாணர் சென்னி பொலியத் தைஇ,
வாடாத் தாமரை சூட்டிய விழுச்சீர்
ஓடாப் பூட்கை உரவோன் மருக!
வல்லேம் அல்லேம் ஆயினும், வல்லே
நின்வயின் கிளக்குவம் ஆயின், கங்குல்
துயில் மடிந்தன்ன தூங்கு இருள் இறும்பின்,
பறைஇசை அருவி, முள்ளூர்ப் பொருந!
தெறல்அரு மரபின் நின்கிளையொடும் பொலிய,

நிலமிசைப் பரந்த மக்கட்கு எல்லாம்
புலன் அழுக்கு அற்ற அந்தணாளன்,
இரந்துசெல் மாக்கட்கு இனிஇடன் இன்றி,
பரந்து இசை நிற்கப் பாடினன்; அதற்கொண்டு
சினம்மிகு தானை வானவன் குட கடல்
பொலம்தரு நாவாய் ஓட்டிய அவ்வழி
பிறர்கலம் செல்கலாது அனையேம் அத்தை,
இன்மை துரப்ப, இசைதர வந்து, நின்
வண்மையின் தொடுத்தனம், யாமே முள் எயிற்று
அரவுஎறி உருமின் முரசு எழுந்து இயம்ப,
அண்ணல் யானையொடு வேந்துகளத்து ஒழிய,
அருஞ்சமம் ததையத் தாக்கி நன்றும்
நண்ணாத் தெவ்வர்த் தாங்கும்
பெண்ணை அம்படப்பை நாடுகிழ வோயே!

திணை : பாடாண்திணை; துறை : பரிசில்துறை

பகைவருடைய யானையின் நெற்றிப் பட்டத்துப் பொன்னைக்கொண்டு வாடாத தாமரை மலர்களைச் செய்து பரிசிலருக்குச் சூட்டிய சிறந்த தலைமையினையும் கொள்கை யினையும் உடைய பெரியோர் மரபினனே! இரவுறங்கும் காடும், பறையொலி போன்று ஒலிக்கும் அருவியும்கொண்ட முள்ளூர்த் தலைவனே! அழித்தற்கரிய தன்மையுடைய உன் சுற்றத்துடன் நீ பொலியுமாறு அறிவும் அருந்தூய்மையும் கொண்ட கபிலன் புகழ் சிறக்கப் பாடினான். சினம் தரும் சேரன் மேற்கடலில் நாவாய் செலுத்தப் பிறர் கலம் செலுத்தல் இயலுமோ? ஆயினும் எம் வறுமை தூண்டிடவும் உன் புகழ் அழைக்கவும் யாம் வந்து உன் கொடைப் பெருமைகளுள் சிலவற்றைப் புகழ்ந்து பாடத் தொடங்கினோம். முள் போலும் பல்லினையுடைய பாம்பைக் கொல்லும் இடிபோல் முரசு முழங்கவும், போர்க்களத்தில் தலைமையான யானை மீது அமர்ந்து போரிட்ட வேந்தன் மடிந்தொழிய, கடுமையான போரிலே பகைவர்களை அழித்து வென்றிட்ட பெண்ணையாற்றின் தலைவனே! எமக்கும் அருள் செய்வாயாக!

புறநானூறு, 126

அணங்குடை அவுணர் கணம் கொண்டு ஒளித்தென,
சேண்விளங்கு சிறப்பின் ஞாயிறு காணாது,
இருள்கண் கெடுத்த பருதி ஞாலத்து
இடும்பைகொள் பருவரல் தீர கடுந்திறல்
அஞ்சன உருவன் தந்துநிறுத் தாங்கு
அரசு இழந்திருந்த அல்லற் காலை,
முரசுஎழுந்து இரங்கும் முற்றமொடு, கரைபொருது
இரங்குபுனல் நெரிதரு மிகுபெருங் காவிரி
மல்லல் நல்நாட்டு அல்லல் தீர
பொய்யா நாவின் கபிலன் பாடிய
மைஅணி நெடுவரை ஆங்கண், ஓய்யெனச்
செருப்புகள் மறவர் செல்புறம் கண்ட
எள்அறு சிறப்பின் முள்ளூர் மீமிசை,
அருவழி இருந்த பெருவிறல் வளவன்
மதிமருள் வெண்குடை காட்டி அக்குடை
புதுமையின் நிறுத்த புகழ்மேம் படுந
விடர்ப்புலி பொறித்த கோட்டை, சுடர்ப்பூண்,
சுரும்புஆர் கண்ணி, பெரும்பெயர் நும்முன்
ஈண்டுச் செய் நல்வினை ஆண்டுச் சென்று உணீஇயர்
உயர்ந்தோர், உலகத்துப் பெயர்ந்தனன் ஆகலின்
ஆறுகொல் மருங்கின் மாதிரம் துழவும்
கவலை நெஞ்சத்து அவலம் தீர,
நீ தோன் றினையே நிரைத்தார் அண்ணல்!
கல்கண் பொடிய கானம் வெம்ப,
மல்குநீர் வரைப்பின் கயம்பல உணங்க,
கோடை நீடிய பைதுஅறு காலை,
இரு நிலம் நெளிய ஈண்டி,
உரும் உரறு கருவிய மழைபொழிந் தாங்கே.

திணை : வாகை; துறை : அரச வாகை

அச்சம் தரும் அசுரர் கூட்டம் ஞாயிற்றைக் கொண்டுபோய் ஒளித்ததனால், இருள் கண்களை மறைத்த துன்பம் நீங்குமாறு மிக்க வலிமையும் அஞ்சனம் போன்ற நிறத்தையுமுடைய கண்ணன், ஞாயிற்றை மீட்டுக்கொண்டு வந்து வானத்திலே நிறுத்தினான். அது போல முள்ளூர் மலையுச்சியில் மறைந்திருந்த வெண் கொற்றக்குடையினை வெளிப்படுத்தி அதனைப் புதுமையுற நிலைநிறுத்திய புகழ் மேம்பட்டவனே! மலைக்குகையிலே, புலியுருவம் எழுதப்பட்ட பொறியமைந்த கோட்டையையும் ஒளிவிளங்கும் மாலையையும் பெரும் புகழையுமுடைய உன் தந்தை, இவ்வுலகத்தில் செய்த நல்லறத்தின் பயனை வானுலகில் நுகர்ந்திடப் போனான். கவலைகொண்ட நெஞ்சங்களின் அவலம் நீங்கிட நீ வந்து தோன்றினாய். மலையிலும் வெம்மையான காடுகளிலும் வறண்ட கோடைக்காலத்தில் இடிமின்னலுடன் மழை பொழிந்ததுபோல, நீ தோன்றினாய். ஆதலால் இவ்வுலகிற்குக் குறை தீர்ந்தது. வெற்றியினை உடைய வளவன் ஒருகால் போரிட்டுத் தோற்றதும், பொய்யாத நாவினையுடைய கபிலரால் பாடப்பட்டதும், பெரிய மலையிடத்தே, விரைந்து போரிட வந்த மறவர்கள் தோற்று ஓடுமாறு செய்து, அவர்கள் முதுகினைக் கண்ட நிலையில் முள்ளூர் மலையுச்சியில், பிறரால் காணவியலாத மறைவிடத்தில் தங்கியிருந்தான். ஆதலால் முரசு ஒலிக்கும் கோயிலும் காவிரியாறு பாய்ந்திடும் சோழநாடும் வேந்தனை இழந்து வருந்தியிருந்தன. சோழ நாட்டின் அல்லல் தீருமாறு அவ்வளவனின் திங்களைப் போன்ற வெண்கொற்றக் குடையினை நிலைநிறுத்திய புகழ் மேம்பட்டவனே.

புறநானூறு, 174

செற்றன்று ஆயினும், செயிர்த்தன்று ஆயினும்,
உற்றன்று ஆயினும், உய்வு இன்றுமாதோ;
பாடுநர் போலக் கைதொழுது ஏத்தி,
இரந்தன் றாகல் வேண்டும் பொலந் தார்
மண்டுஅமர் கடக்கும் தானைத்
திண்தேர் வளவற் கொண்ட கூற்றே.

திணை : பொதுவியல்; துறை : கையறுநிலை

மனத்துள் வஞ்சம் கொண்டதாயினும், வெளிப்பட நின்று எதிர்கொண்டதாயினும், அருகில் நின்று கையால் உடலை

வருத்தியதாயினும் கூற்றத்திற்குத் தப்பிப் பிழைத்தல் இல்லை. பொன்மாலையும், பகைவெல்லும் படையும், வலிய தேரையும் கொண்ட சோழன் குளமுற்றத்துத் துஞ்சிய கிள்ளிவளவனைத் தொழுது வாழ்த்திப் பாடுவார் போல, இரந்துதான் அவனது உயிரைப் பரிசிலாகப் பெற்றிருத்தல் வேண்டும்.

புறநானூறு, 226

என்னை மார்பில் புண்ணும் வெய்ய;
நடுநாள் வந்து தும்பியும் துவைக்கும்;
நெருநகர் வரைப்பின் விளக்கும் நில்லா;
துஞ்சாக் கண்ணே துயிலும் வேட்கும்;;
அஞ்சுவரு குராஅல் குரலும் தூற்றும்;
நெல்நீர் எறிந்து விரிச்சி ஓர்க்கும்;
செம்முது பெண்டின் சொல்லும் நிரம்பா
துடிய! பாண! பாடுவல் விறலி!
என்ஆ குவிர்கொல்? அளியிர்; நுமக்கும்
இவண் உறை வாழ்க்கையோ, அரிதே யானும்
மண்ணுறு மழித்தலைத் தெண்நீர் வார,
தொன்றுதாம் உடுத்த அம் பகைத் தெரியற்
சிறுவெண் ஆம்பல் அல்லி உண்ணும்
கழிகல மகளிர் போல,
வழிநினைந் திருத்தல், அதனினும் அரிதே!

திணை: பொதுவியல்: துறை: ஆனந்தப் பையுள்

என் தலைவன் மார்பில் பட்ட புண் பெரியது. பகலில் வண்டுகள் மொய்க்கின்றன. வீட்டில் வைத்த விளக்கும் நின்று எரியாமல் அணைகிறது. அவனருகில் பல காலம் இருந்த என் உறங்காக் கண்கள் உறக்கத்தை விரும்புகின்றன. அச்சத்தைத் தரும் கோட்டானும் கத்துகிறது. நெல்லோடு நீரும் வீசி, இவன் பிழைப்பான் எனச் சொன்ன செம்முது பெண்ணின் சொல்லும் குறைபாடே! துடி ஒலிப்பவனே! பாணனே! விறலியே! இனிமேல் நீங்கள் யாதாவீர்? இங்கு வாழ்தல் அரிது! மயிர் மழித்து, அல்லியரிசி உண்டு வாழும் கைம்மை மகளிர் போல இறுதியை நோக்கியிருத்தல் எமக்கும் அரிதானதே! அவன்

இறுதி நெருங்குகிறது; நானும் இறக்கப் போகிறேன்; நீங்கள் வேற்றிடம் செல்வீராக!

புறநானூறு, 28

ஒண்பொறிச் சேவல் எருப்ப, ஏற்றெழுந்து,
தண்பனி உறைக்கும் புலரா ஞாங்கர்,
நுண்கோல் சிறுகிணை சிலம்ப ஒற்றி,
நெருங்கடை நின்று, பகடுபல வாழ்த்தி,
தன்புகழ் ஏத்தினெனாக ஊன்புலந்து
அருங்கடி வியல்நகரர்க் குறுகல் வேண்டி,
கூம்புவிடு மென்பிணி அவிழ்த்த ஆம்பல்
தேம்பாய் உள்ள தம்கமழ் மடரஉள,
பாம்புஉரி அன்ன வடிவின, காம்பின்
கழை படு சொலியின் இழைஅணி வாரா,
ஒண் பூங் கலிங்கம் உடீஇ, நுண்பூண்
வசிந்து வாங்கு நுசுப்பின் அவ் வாங்கு உந்தி
கற்புடை மடந்தை தற்புறம் புல்ல,
மெல் அணைக் கிடந்தோன்...
எற் பெயர்ந்த... நோக்கி...
... கற்கொண்டு,
அழித்துப் பிறந்தனெனாகி, அவ்வழி,
பிறர்பாடு புகழ்பாடிப் படர்பு அறியேனே;
குறுமுலைக்கு அலமரும் பால்ஆர் வெண்மறி,
நரைமுக ஊகமொடு, உகளும், வரையமல்...
... குன்று பல கெழீஇய
கான்கெழு நாடன், கடுந்தேர் அவியன், என
ஒருவனை உடையேன் மன்னே, யானே;
அறான்; எவன்பரிகோ, வெள்ளியது நிலையே?

திணை : பாடாண் திணை; துறை : கடைநிலை

ஒள்ளிய பொறிகளையுடைய சேவல் கூவப் படுக்கையிலிருந்து எழுந்து புலர்பனிக் காலை வேளையில் கிணையை மீட்டி, அவன்

144 | சங்கப் பெண் கவிஞர்களின் கவிதைகள்

தலைவாயிலில் நின்று அவனை வாழ்த்தி, வறுமை தீரப் பரிசில் வேண்டி அவனிடம் சென்றேன். குவிந்திருந்து விரியும் ஆம்பல் பூவைப் போன்ற சுவையான கள்ளை மடாரில் வைத்துண்ணவும், பாம்புத் தோல் போலும் மூங்கிலின் உள்ளீடு போலும் வெண்மையும் மென்மையும்கொண்ட பூவேலை புனைந்த இழை தெரியாமல் நெய்யப்பட்ட ஆடை உடுத்தியவனாக, மெல்லிய ஒளிவீசும் ஆடை புனைந்த இடையும், அழகிய உந்தியும் உடைய கற்புடை மனைவி அருகிலிருக்கப் பஞ்சணையில் அவன் துயில் கொண்டிருந்தான். என் குரல் கேட்டு அவன் பார்த்ததால், எனது வறுமை நீங்கியது. பழைய வாழ்வு கழிந்து, புதுவாழ்வு பெற்றேன். ஆடும் குரங்கும் ஒன்றாகப் பழகும் மூங்கிற் காட்டு நாட்டின் அவியன் என்பவனைத் தலைவனாக உடையேன். அவன் கடமை தவறாதவன். வெள்ளியாகிய விண்மீன் நிலைகுலையினும், நாடே வாட்டமுற்றாலும் நான் வருந்தமாட்டேன்.

புறநானூறு, *383*

முள்ளியூர்ப் பூதியார்

'அறம்தலைப் பிரியாது ஒழுகலும், சிறந்த
கேளிர் கேடுபல ஊன்றலும், நாளும்
வருந்தா உள்ளமொடு இருந்தோர்க்கு இல்' எனச்
செய்வினை புரிந்த நெஞ்சினர், 'நறுநுதல்
மைசுர் ஓதி! அரும்படர் உழத்தல்
சிலநாள் தாங்கல் வேண்டும்' என்று, நின்
நல் மாண் எல்வளை திருத்தினார் ஆயின்,
வருவர் வாழி, தோழி! பல புரி
வார் கயிற்று ஒழுகை நோன்சுவற் கொளீஇ,
பகடு துறை ஏற்றத்து உமண்விளி வெரீஇ,
உழைமான் அம் பிணை இனன்இரிந்து ஓட,
காடுகவின் அழிய உரைஇ, கோடை
நின்று தின விளிந்த, அம்பணை, நெடுவேய்க்
கண்விடத் தெறிக்கும் மண்ணா முத்தம்
கழங்குஉறழ் தோன்றல், பழங்குழித் தாஅம்
இன்களி நறவின் இயல்தேர் நன்னன்
விண்பொரு நெடுவரைக் கவாஅன்
பொன்படு மருங்கின் மலை இறந் தோரே.

தோழியே, வாழ்க! அறநெறியினின்று நீங்காத இல்வாழ்க்கை நடத்தலும், சிறந்த உறவினர்களின் துன்பத்தைப் போக்கித் தாங்குதலும் ஆகிய இவை நாள்தோறும் முயற்சியை மேற்கொண்டு வருந்தாது மடிந்த உள்ளத்துடன் இருப்பவருக்கு இல்லையாகும் என்று முன்பு கூறினர்; பொருள் ஈட்டும் வினையை மேற்கொள்பவர் நம் தலைவர். பல புரிகளை உடைய கயிற்றால் கட்டப்பட்ட வண்டியை, எருதுகளின் வலிய கழுத்துக்களில் பூட்டி, மேடான இடங்களில் ஓட்டும்போது, உப்பு வாணிகர் அவற்றை அதட்டி ஓட்டுவர். அந்த ஓசையைக் கேட்டுப் பயந்து ஆணும் பெண்ணுமாக மான்கள் இனம் ஓடும். காடு அழகு கெடுமாறு கோடைக்காலம் பரவி நிலத்து நீரினை

உறிஞ்சும். அதனால் வற்றிய அழகிய பெரிய நீண்ட மூங்கிலின் கணுக்கள் பிளந்து தெறிக்கும். அதனின்று முத்துகள் விழும். அவை, கழங்குக் காயைப் போன்ற தோற்றம் உடையனவாய் விளங்கி அவ்விடத்தவர் முன்பு கழங்கு ஆடிய குழியிலேயே விழும். இனிய களிப்பைத் தரும் கள்ளையும் விரைந்தோடும் தேரினையும் உடைய நன்னனின் வானை அளாவி உயர்ந்து நீண்டுள்ள மலைப்பக்கத்தைக் கடந்து சென்றார், தலைவர். நறுமணமுடைய நெற்றியையும் கரிய கூந்தலையும் உடையவளே! அரிய துன்பத்தால் வருந்துதலைச் சில நாட்கள் தவிர்க்க வேண்டும் எனச் சொல்லி உன் நல்ல வளையளைத் திருத்தி அருளினார் என்கின்றாய். ஆதலால் அவர் விரைவில் வருவார்.

அகநானூறு 173; பாலை

வருமுலையாரித்தி

ஒருநாள் வாரலன்; இருநாள் வாரலன்;
பல் நாள் வந்து, பணிமொழி பயிற்றி, என்
நன்னர் நெஞ்சம் நெகிழ்த்த பின்றை,
வரைமுதிர் தேனின் போகி யோனே
ஆசுஆகு எந்தை யாண்டு உளன் கொல்லோ?
வேறுபுலன் நல்நாட்டுப் பெய்த
ஏறுடை மழையின் கவிழும்என் நெஞ்சே.

ஒருநாள் வந்தவனல்லன; இரு நாட்கள் வந்தவனல்லன்; பல நாட்கள் வந்தவன். பணிவுடன் பேசி, எனது நல்ல நெஞ்சத்தை நெகிழ வைத்தவன். பின்னர் மலையில் முதிர்ந்து, எவருக்கும் பயனளிக்காததும், வீழ்ந்தழிவதுமாகிய தேனடையைப் போலப் போனவன் ஆயினான். உற்ற துணையாகிய எந்தை போன்ற அந்தத் தலைவன் எங்கேதான் இருக்கின்றானோ? வேறு புலங்களையுடைய நல்ல நாட்டினில் பெய்த இடியோசையுடன் கூடிய மழை, கலங்கி வருவது போல், எனது மனமும் அமைதியற்று அவன் நினைவில் கலங்குகின்றது.

குறுந்தொகை 176; குறிஞ்சி

வெண்ணிக் குயத்தியார்

நளிஇரு முந்நீர் நாவாய் ஓட்டி,
வளிதொழில் ஆண்ட உரவோன் மருக1
களிஇயல் யானைக் கரிகால் வளவ1
சென்று அமர்க் கடந்தநின் ஆற்றல் தோன்ற
வென்றோய்! நின்னினும் நல்லன் அன்றே
கலிகொள் யாணர் வெண்ணிப் பறந்தலை,
மிகப் புகழ் உலகம் எய்தி,
புறப்புண் நாணி, வடக்கிருந்தோனே?

திணை : வாகை; துறை : அரச வாகை

பெருங்கடலில் காற்று வீசும் திசையினை அறிந்து, மரக்கலம் ஓட்டி, அக்காற்றின் ஆற்றலைப் பயன்கொண்டு ஆண்ட வலியோன் மரபில் வந்தவனே! படையெடுத்துச் சென்று போரிலே பகைவரைக் கொன்று உன் திறமைகள் வெளிப்பட வெற்றியடைந்தவனே! புதிய வெண்ணி என்னும் ஊர்ப்புறத்துப் போர்க்களத்தில் புறமுதுகில் புண்பட்டதால் நாணமடைந்த அவன் உலகப் புகழ்பெற்ற வடக்கிருந்தான்*. அவன் உன்னைவிட நல்லவனோ? அவனிலும் நீ நல்லவனோ?

புறநானூறு, 66

---

*வடக்கிருத்தல் - உணவு உண்ணாமல் வடக்கு திசை நோக்கி உயிர் துறத்தல். இது ஜைன சமய மரபாகும்.

வெண்பூதியார்

யானே ஈண்டை யேனே; என் நலனே
ஆனா நோயொடு கான லஃதே
துறைவன் தம்மூ ரானே;
மறைஅலர் ஆகி மன்றத் தஃதே.

தலைவன் தந்த ஆறாத துன்பத்துடன் இங்குத் தனித்துள்ளேன். அவனை என்னிடம் தந்த எனது நலன், அவனைத் தேடியவாறு கடற்கரைச் சோலையினிடத்தே உள்ளது. துறைவனாகிய அவனோ, பெற்றோருடன தனது ஊரில் உள்ளான். எம்மிடையே நிகழ்ந்த களவு உறவோ பலரறிய வெளிப்பட்டு, ஊரலராகிப் பொதுவிடத்தும் ஆனது.

குறுந்தொகை 97; நெய்தல்

பெயல்மழை துறந்த புலம்புறு கடத்துக்
கவைமுட் கள்ளிக் காய்விடு கடுநொடி
துதைமென் தூவித் துணைப் புறவு இரிக்கும்
அத்தம் அரிய என்னார், நத்துறந்து,
பொருள்வயிற் பிரிவார் ஆயின்இவ் உலகத்துப்
பொருளே மன்ற பொருளே;
அருளே மன்ற ஆரும் இல்லதுவே.

பெய்யும் மழையின்றித் தனிமைமிக்க பாலை நிலத்தில் கிளைவிட்டு வளர்ந்துள்ள கவைத்த முள்ளையுடைய கள்ளியின் காய் வெடிக்கையில், பேரொலி எழும். அவ்வொலியோ மெல்லிய சிறகுகளைக்கொண்ட ஆணும் பெண்ணுமாகிய புறாக்களை அங்கிருந்து பறக்க வைக்கும். அத்தகு அரிய வழிகள் செல்லற்கரியன எனக் கருதாமல், அவர் நம்மைப் பிரிந்து பொருள் தேடச் செல்வராயின் உலகில் பொருட் செல்வம் ஒன்றே மெய்யான உறுதிப் பொருள். அருட்செல்வம் தன்னை ஏற்பார் யாரும் இல்லாதது.

குறுந்தொகை 174; பாலை

பயப்புஎன் மேனி யதுவே; நயப்புஅவர்
நார்இல் நெஞ்சத்து ஆர்இடை யதுவே;
செறிவும் சேண்இகந் தன்றே; அறிவே,
ஆங்கண் செல்கம் எழுக என, ஈங்கே,
வல்லா கூறியி ருக்கும்; அள்இலைத்
தடவுநிலைத் தாழைச் சேர்ப்பற்கு
இடம்மன் தோழி! எந் நீரிரோ? எனினே.

அன்புத் தோழியே! பசலையானது எனது உடலுக்கே உரித்தாகிவிட்டது. என் காதல் அவரது அன்பிலாத செல்வதற்கரிய நெஞ்சின் கண்ணே உள்ளது. என் அடக்கமும் சேய்மை நோக்கிச் சென்றுவிட்டது. என் அறிவு மட்டும் அவரை நோக்கிச் செல்ல எழுக என்றபடியே உள்ளது. நீவிர் எத்தன்மையில் உள்ளீரோ? எனக் கேட்டு நம்முடைய துயர் போக்கக் கருதுவராயின், முள்ளுடை மடல்கொண்ட தாழை நிரம்பிய கடற்கரைத் தலைவருக்கு இது தக்க நேரமாகும்.

குறுந்தொகை 219; நெய்தல்

வெண்மணிப் பூதியார்

இதுமற்று எவனோ தோழி! முது நீர்ப்
புணரி திளைக்கும் புள்இமிழ் கானல்,
இணர்வீழ் புன்னை எக்கர் நீழல்,
புணர்குறி வாய்த்த ஞான்றைக் கொண்கற்
கண்டனமன், எம் கண்ணே; அவன் சொல்
கேட்டனமன் எம் செவியே; மற்றுஅவன்
மணப்பின் மாண்நலம் எய்தி,
தணப்பின் ஞெகிழ்ப எம்தடமென் தோளே?

அன்புத்தோழியே! பழங்கடலின் அலைகள் மோதி மகிழ்கின்ற, பறவைகள் ஒலிக்கும் கடற்கரைச் சோலையில் பூத்துக்குலுங்கும் புன்னையின் மணல் மேட்டு நிழலில், புணர்குறியை நாம் வாய்க்கப் பெற்றோமோ? அப்போது தலைவனைக் கண்டன எம்கண்கள். அவன் சொற்களைக் கேட்டன எம் செவிகள். என் பரந்த மென்தோள்கள், அவன் என்னை மணந்தால் சிறப்புறுவதும், என்னைப் பிரிந்தால் நெகிழ்வதும் செய்கின்றனவே! இஃது என்ன வியப்பு!

குறுந்தொகை 299; நெய்தல்

வெள்ளிவீதியார்

சிறு வெள்ளாங் குருகே! சிறு வெள்ளாங் குருகே!
துறைபோகு அறுவைத் தூமடி அன்ன
நிறம்கிளர் தூவிச் சிறுவெள்ளாங் குருகே!
எம்ஊர் வந்து, எம் உண்துறைத் துழைஇ,
சினைக்கெளிற்று ஆர்கையை அவர்ஊர்ப் பெயர்தி;
அனைய அன்பினையோ, பெருமற வியையோ
ஆங்கண் தீம்புனல் ஈங்கண் பரக்கும்
கழனி நல்ஊர் மகிழ்நர்க்கு என்
இழைநெகிழ பருவரல் செப்பா தோயே?

சிறிய வெள்ளிய நாரையே! சிறிய வெள்ளிய நாரையே! நீர்த்துறையிலே வெளுத்த வெள்ளாடையில் மாசற்ற மடி போன்ற வெள்ளை நிறமான சிறகுகளையுடைய சிறிய வெள்ளிய நாரையே! நீ எம் ஊரில் வந்து எமது நீர் அருந்தும் துறைகளில் துழாவிக் கெளிற்று மீன்களை உண்கிறாய். பிறகு அவர் ஊருக்குத் திரும்பிப் போகிறாய். அங்கேயுள்ள இனிய நீர் இங்கே பாய்கின்ற வயல்களையுடைய நல்ல ஊரையுடைய என் அன்பருக்குப் பிரிவினால் நீ என் அணிகள் கழலுகின்ற நோயைச் சொல்லாமல் இருக்கிறாய். நீ எம் நிலையைப் பற்றிக் கூறத்தக்க அத்தகைய அன்புடைய பறவையா? அல்லது பெரிய மறதியுடைய பறவையா? எனக்கு விளங்கவில்லை.

நற்றிணை 70; மருதம்

உரவுத் திரைபொருத பிணர்படு தடவுமுதல்,
அரவுவாள் வாய முள்இலைத் தாழை
பொன்நேர் தாதின் புன்னையொடு கமழும்
பல் பூங் கானல் பகற்குறி வந்து, நம்
மெய்கவின் சிதையப் பெயர்ந்தனன் ஆயினும்
குன்றின் தோன்றும் குவவு மணல் ஏறி,
கண்டனம் வருகம் சென்மோ தோழி!
தண்தார் அகலம் வண்டு இமிர்பு ஊத;

படுமணிக் கலிமாக் கடைஇ,
நெடுநீர்ச் சேர்ப்பன் வரூஉ மாறே.

தோழி! தாழை மரமானது வலிய அலைகள் மோதும் இடத்தில் இருப்பது; சொரசொரப்புள்ள வளைந்த அடிப்பாகத்தையுடையது; சுறாவும் வாளரம் போன்ற வாயையுடையது; முள்ளுள்ள இலைகளைக்கொண்டது. அத்தாழை மலரானது பொன் போன்ற பூந்தாதையுடைய புன்னை மலரொடு சேர்ந்து மணக்கும். இத்தகைய பல்வேறு பூக்களையுடைய சோலையில் பகற்குறி வந்து உம் உடலழகைச் சிதையச் செய்து பெயர்ந்து போயினன் தலைவன். ஆயினும் அவன் குளிர்ந்த மாலையைப் பூண்ட மார்பில் வண்டுகள் ஒலித்து ஊத, ஊத, ஒலிக்கும் மணி பூண்ட குதிரை பூட்டிய தேரைச் செலுத்தி வரைவொடு வருவான். ஆழமான நீரையுடைய நெய்தல் நிலத் தலைவனாகிய நம் காதலன் அவ்வாறு வரும் வழியில் குன்று போலத் தோன்றும் திரண்ட மணலில் ஏறிக்கொண்டு செல்வோமா?

நற்றிணை 235; நெய்தல்

திங்களும் திகழ்வான் ஏர்தரும்; இமிழ்நீர்ப்
பொங்கு திரைப் புணரியும் பாடு ஓவாதே;
ஒலி சிறந்து ஓதமும் பெயரும்; மலிபுனல்
பல்பூங் கானல் முள் இலைத் தாழை
சோறு சொரி குடையின் கூம்புமுகை அவிழ,
வளிபரந்து ஊட்டும் விளிவுஇல் நாற்றமொடு
மைஇரும் பனைமிசைப் பைதல் உயவும்
அன்றிலும் என்புறு நரலும்; அன்றி,
விரல்கவர்ந்து உழந்த கவர்வின் நல்யாழ்
யாமம் உய்யாமை நின்றது
காமம் பெரிதே; களைஞரோ இலரே!

திங்களும் திகழும் வானத்தில் தோன்றுகிறது. கடலும் பொங்கும் அலையோடு ஒலிக்கிறது. கடல்நீரும் ஒலி மிகுந்த கரையை உடைத்துப் புறப்படுகிறது. நிரம்பிய நீரையும் பல பூக்களையுமுடைய கடற்கரைச் சோலையில் முள்ளுடைய இலையைக் கொண்ட தாழையானது, சோறு எடுத்துச் சொரியும்

குடம் போலக் கூம்பிய அரும்பு மலர்ந்து நறுமணத்தைக் காற்றில் வீசுகிறது. காற்று, அம்மணத்தோடு கரிய பெரிய பனையில் மோதுகிறது. அன்றில் பறவையானது அப்பனை மரத்தின் உச்சியிலிருந்து வருத்தத்துடன் இன்புறும்; என் பக்கத்தில் வந்து எலும்பு உருகக் கத்துகிறது. இவையெல்லாம்தவிர, நல்ல யாழும் நான் உயிர் வாழாதவாறு விரலால் யாமம் வரை இசைக்கப்படுகிறது. என் காமம், இவை யாவற்றாலும் பெரிதாகிறது. அக்காமத்தைக் களையும் தலைவர் அருகில் இல்லை.

நற்றிணை 335; நெய்தல்

நிலவே, நீல்நிற விசும்பில் பல்கதிர் பரப்பி,
பால்மலி கடலின், பரந்து பட்டன்றே;
ஊரே, ஒலிவரும் சும்மையொடு மலிபுதொகுபு, ஈண்டி,
கலிகெழு மறுகின் விழவு அயரும்மே;
கானே, பூமலர் கஞலிய பொழில் அகம்தோறும்
தாம்அமர் துணையொடு வண்டு இமிரும்மே;
யானே, புனை இழை ஞெகிழ்த்த புலம்புகொள் அவலமொடு
கனைஇருங் கங்குலும் கண்படை இலெனே;
அதனால், என்னொடு பொரும்கொல், இவ்வுலகம்?
உலகமொடு பொரும்கொல், என் அவலம் உறு நெஞ்சே?

நிலவு, நீலநிற வானத்தில் வெண்ணிறமான பல கதிர்களையும் பரப்பிப் பால் நிறைந்த கடல் போலப் பரந்துபட்டுள்ளது. ஊரோ, பேரொலியுடன் மக்கள் கூட்டமாகச் சேர்ந்து திரண்டு ஆரவாரமான தெருக்களில் திருவிழாக் கொண்டாடும் தன்மையுடையது. காட்டிலோ, மலர்ந்த பூக்கள் மிக்க சோலைகள்தோறும் தாம் விரும்பிய துணையுடன் வண்டுகள் கலந்து ஒலிக்கும். அணிகலன்களை நெகிழ்விக்கும் தனிமைமிக்க துன்பத்தோடு நீண்ட இராப்பொழுது முழுவதும் கண் உறங்காமல் இருக்கின்றேன். அதனால் இவ்வுலகம் என்னைத் தாக்கிப் போர் புரியுமோ? அல்லது உலகத்தோடு என் துயருற்ற நெஞ்சம் தான் போர் புரியுமோ?

நற்றிணை 348; நெய்தல்.

கன்றும் உண்ணாது, கலத்தினும் படாது,
நல்ஆன் தீம்பால் நிலத்து உக்காஅங்கு,
எனக்கும் ஆகாது, என்னைக்கும் உதவாது,

பசலை உணீஇயர் வேண்டும்
திதலை அல்குல் என்மாமைக் கவினே.

நல்ல பசுவின் இன்சுவைப் பாலானது, அதன் கன்றாலும் உண்ணப்படாமல் பாத்திரத்திலும் கறக்கப்படாமல் நிலத்தில் சிந்தி வீணானது போல, தேமலைக்கொண்ட அல்குல் தடத்து எனது மாமமையாகிய பேரழகு எனக்கும் பயனின்றி என் தலைவனுக்கும் உதவாமல் பசலை உண்ணும் நிலையைப் பெற்று விட்டதே!

குறுந்தொகை 27; பாலை

காலே பரிதப் பினவே; கண்ணே
நோக்கி நோக்கி வாள்இழந் தனவே
அகல்இரு விசும்பின் மீனினும்
பலரே மன்ற, இவ் உலகத்துப் பிறரே.

என் கால்கள் நடந்து நடந்து மேலும் நடக்க முடியாமல் ஓய்ந்தன; கண்கள் தேடிப் பார்த்து ஒளியிழந்தன; அகன்ற பெரிய வானத்திலுள்ள வீண்மீன்களைவிட இந்த உலகத்தில் வாழ்கின்றவர் பலராக உள்ளனர். அவரிடையே என் தலைவரை இனியும் எப்படி எங்கே காண்பேன்?

குறுந்தொகை 44; பாலை

இடிக்கும் கேளிர்! நும்குறை ஆக
நிறுக்கல் ஆற்றினோ நன்றுமன் தில்ல;
ஞாயிறு காயும் வெவ்அறை மருங்கில்
கைஇல் ஊமன் கண்ணின் காக்கும்
வெண்ணெய் உணங்கல் போலப்
பரந்தன்று, இந்நோய்; நோன்றுகொளற்கு அரிதோ!

என்னைக் கடிந்துகொள்ளும் உறவினரே! நான் கொண்ட காமநோயினால் என்னுடல் அழிந்துபடுவதற்கு முன்னர், அதைத் தடுத்து நிறுத்த முயன்றால் அது நல்லது. உமது இன்றியமையாச் செயலும் அதுவே. ஞாயிறு கதிர் பரப்பும் வெம்மை வாய்ந்த பாறையில் கையிழந்த ஊமையன் தன் கண்ணாகக் காக்கும் வெண்ணெய், அவன் கட்டுக்குள் நில்லாமல் உருகியதுபோல் எனக்குள் பரவிய காம நோயைப் பொறுத்துக்கொண்டு நீக்குதல் அரிது.

குறுந்தொகை 58; குறிஞ்சி

நிலம்தொட்டுப் புகாஅர்; வானம் ஏறார்;
விலங்குஇரு முந்நீர் காலின் சொல்லார்;
நாட்டின் நாட்டின் ஊரின் ஊரின்
குடிமுறை குடிமுறை தேரின்,
கெடுநரும் உளரோ? நம்காத லோரே.

தோழி! நம் காதலர், நிலத்தை அகழ்ந்து அதனுள் புகவும் மாட்டார்; வானை நோக்கி உயரே சென்று மறைந்து விடவும் மாட்டார்; குறுக்கிடும் பெருங்கடலின்மீது கால்களால் நடந்து செல்ல மாட்டார். எனவே, நாடுகள்தோறும், ஊர்கள்தோறும், குடிகள்தோறும் தேடிப் பார்த்தால், அவர் அகப்படாமல் தப்புவதுண்டோ?

குறுந்தொகை 130; பாலை

அம்ம வாழி, தோழி! நம் ஊர்ப்
பிரிந்தோர்ப் புணர்ப்போர் இருந்தனர் கொல்லோ
தண்டுடைக் கையர், வெண்தலைச் சிதவலர்.
நன்று நன்று என்னும் மாக்களோடு
இன்று பெரிது என்னும், ஆங்கணது அவையே.

தோழியே! கேட்பாயாக! நீ வாழ்க! அங்கேயுள்ள நம் கூட்டத்தினர் தண்டுடைக் கையினரும், நரைத்த தலையில் துணியை உடையவரும், நன்று நன்று எனக் கூறுகின்ற தலைவனைச் சார்ந்த மக்களொடு, இன்று நீங்கள் வரப்பெற்றமை யினால், இந்நாள் சிறப்புடைத்து எனக் கூறுவர். நமது ஊரில் பிரிந்த காதலரைச் சேர்த்து வைக்கும் சான்றோரும் இருப்பதனால், உனது துயரைப் போக்குவாயாக!

குறுந்தொகை 146; குறிஞ்சி

அளிதோ தானே நாணே நம்மொடு
நனி நீரு உழந்தன்று மண்ணே இனியே,
வான்பூங் கரும்பின் ஓங்குமணற் சிறுசிறை
தீம்புனல் நெரிதர வீந்து உக்காஅங்கு,
தாங்கும் அளவைத் தாங்கி,
காமம் நெரிதரக் கைந்நில் லாதே.

தோழி! நாணம் நம்மைவிட்டுப் பிரியாமல் நீண்ட காலம் வருத்தியது. வெண்பூவை உடைய கரும்பின் உயர்ந்த சிறுகரையில், இனிய வெள்ளம் விரைந்து பாய்வதால் அக்கரைதான் அழிவது போலத் தாங்கும் வரை தாங்கிக் காமம் மிகுந்து தாக்குவதால், நாணம் என்னிடம் இல்லாமலே அழிந்து நீங்கிவிடும். அஃது இரங்கத்தக்கது.

குறுந்தொகை 149; பாலை

சுரம்செல் யானைக் கல்உறு கோட்டின்
தெற்றென் இறீஇயரோ ஐய! மற்று யாம்
நும்மொடு நக்க வால்வெள் எயிறே:
பாணர் பசுமீன் சொரிந்த மண்டை போல
எமக்கும் பெரும் புலவு ஆகி,
நும்மும் பெறேஎம், இறீஇயர் எம் உயிரே.

தலைவனே! பாலை நிலத்தில் செல்லும் யானையினுடைய பாறைகளைக் குத்திய தந்தம் போல, யாம் உம்மிடம் சிரித்து மகிழ்ந்த தூய வெண்பற்கள் விரைந்து உடைபட்டு அழியட்டும்! பச்சை மீன் கொண்ட பாணர்தம் உண்கலம் போல, எமக்குப் பெரிய வெறுப்பைத் தருவதாகி, உம்மையும் பெறாமல் எம் உயிரும் அழிவதாக!

குறுந்தொகை 169; மருதம்

வெண்மணல் விரிந்த வீததை கானல்
தண்ணந் துறைவன் தணவா ஊங்கே,
வால்இழை மகளிர் விழவுஅணிக் கூட்டும்
மாலையோ அறிவேன் மன்னே மாலை
நிலம் பரந் தன்ன புன்கணொடு
புலம்புடைத்து ஆகுதல் அறியேன் யானே.

தோழி! வெண்மணல் பரவிய மலர்கள் செறிந்த கானற் சோலைகள் கொண்ட குளிர்ந்த கடற்கரையை உடையவன் தலைவன். அவன் என்னைப் பிரியாத அக்காலத்தில், அணியுடை மகளிர் விழாக்காலத்துத் தம்மிடம் அணிகளைச் சேர்ப்பதாகிய மாலைப்பொழுதையே நான் அறிவேன். இப்போது அதுவும்

கழிந்தது. அன்றைய மாலைக்காலமே இன்று, நிலத்தின் பரப்பைப்போல் அகன்ற துயரோடு தனிமைத் துயரும் பெற்ற தன்மையை அறியேனே.

குறுந்தொகை *386;* நெய்தல்

வாடல் உழுஞ்சில் விளைநெற்று அம்துணர்
ஆடுகளப் பறையின், அரிப்பன ஒலிப்ப,
கோடை நீடிய அகன்பெருங் குன்றத்து,
நீர்இல் ஆர்ஆற்று நிவப்பன களிறு அட்டு,
ஆள்இல் அத்தத்து உழுவை உகளும்
காடு இறந்தனரே, காதலர், மாமை,
அரிநுண் பசலை பாஅய், பிரத்து
எழில்மலர் புரைதல் வேண்டும் அலரே,
அன்னி குறுக்கைப் பறந்தலை, திதியன்
தொல்நிலை முழுமுதல் துமியப் பண்ணி,
புன்னை குறைத்த ஞான்றை, வயிரியர்
இன்இசை ஆர்ப்பினும் பெரிதே. யானே,
காதலற் கெடுத்த சிறுமையொடு, நோய்கூர்ந்து,
ஆதிமந்தி போல, பேதுற்று
அலந்தனென் உழல்வென் கொல்லோ பொலந்தார்,
கடல்கால் கிளர்ந்த வென்றி நல்வேல்,
வான வரம்பன் அடல்முனைக் கலங்கிய
உடைமதில் ஓர் அரண் போல,
அஞ்சுவரு நோயொடு, துஞ்சா தேனே!

தோழியே! நம் காதலர் மழை இல்லாமையால் வற்றிய வாகையின் முதிர்ந்த நெற்றுகளைக்கொண்ட கொத்து, கூத்தாடும் ஒலிக்கும் பறையைப் போன்று விட்டுவிட்டு ஒலிக்கும். கோடைத்தன்மை கொண்ட அகன்ற பெரிய குன்றில் உள்ள நீர் இல்லாத அரிய வழியில், பெரிய களிற்றைக் கொன்று புலி திரிவதால் மக்கள் நடமாட்டம் அற்ற காட்டைக் கடந்து சென்றார். என் மாமை நிறம் தலைவர் இல்லாததால் அழகிய நுண்ணிய பசலை பரவுவதால் பீர்க்கின் அழகிய மலரை

ஒப்பதாகும். ஊரில் எழும் அலரானது அன்னி என்பவன் குறுக்கை என்ற ஊரின் போர்க்களத்தில் திதியன் என்பவனின் பழமையான புன்னை மரத்தின் பெரிய அடியை வெட்டித் துண்டித்த காலத்தில் அவனது வெற்றிப் புகழைப் பாடிய பாணரின் இனிய இசையால் உண்டான ஆரவாரத்தைவிடப் பெரிதாகியது. பொன்னால் ஆன மாலையையும் கடலில் நடைபெற்ற போரை வென்ற வெற்றியையும் நல்ல வேலினையும் உடைய வானவரம்பன் என்ற மன்னனின் கொலைத் தொழிலையுடைய போர்முனையில், அவன் கலக்கம் அடைந்து ஓட, அம்மன்னனின் படையால் உடைக்கப்பட்ட அரணைப் போன்று அச்சம்கொண்ட துயரத்தால் உறங்காதவள் ஆனேன். இத்தகைய நான் திருமாவளவனின் மகள் ஆதிமந்தியைப் போல் காதலனைக் கடல் கொண்டு போனதால் அவரைக் காணாத துன்பத்துடன் துன்பம் மிகப் பெற்றுத் தேடித் திரிவேனா? இனி நான் இறப்பது உறுதி!

அகநானூறு *45*; பாலை

பாம்புடை விடர பனிநீர் இட்டுத் துறைத்
தேம்கலந்து ஒழுக, யாறு நிறைந் தனவே;
வெண்கோட்டு யானை பொருத்தபுண் கூர்ந்து,
பைங்கண் வல்லியம் கல்அளைச் செறிய,
முருக்குஅரும்பு அன்ன வள்உகிர் வயப் பிணவு
கடிகொள, வழங்கார் ஆறே; ஆயிடை
எல்லிற்று என்னான், வென்வேல் ஏந்தி,
நசைதர வந்த நன்ன ராளன்
நெஞ்சு பழுதாக, வறுவியன் பெயரின்,
இன்று இப்பொழுதும் யான் வாழலெனே;
எவன்கொல்? வாழி, தோழீ! நம் இடை முலைச்
சுணங்கு அணி முற்றத்து ஆரம்போலவும்,
சிலம்புநீடு சோலைச் சிதர்தூங்கு நளிப்பின்
இலங்கு வெள்அருவி போலவும்,
நிலம்கொண் டனவால், திங்கள்அம் கதிரே!

தோழியே! நீ வாழ்வாயாக! பாம்புகள் பொருந்திய மலைப்பிளவுகளிலிருந்து வரும் குளிர்ந்த நீர் ஒடுக்கமான துறைகளின் வழியாகத் தேனுடன் கலந்து வருவதால் ஆறுகள்

யாவும் நிறைந்தன. வெண்மையான கொம்பையுடைய யானை பாய்ந்து குத்திய புண் வலியைத் தருவதனால் பசிய கண்ணையுடைய ஆண்புலி குகைக்குள் ஒடுங்கி இருக்க, செம் முருக்கின் அரும்பைப் போன்ற கூரிய நகத்தையுடைய பெண் புலி காவல் மேற்கொண்டிருக்கும். ஆதலால் அந்த வழியில் எவரும் செல்லார். அந்த நிலையில் இருள் வந்துவிட்டது என்று எண்ணாதவனாய் வெற்றி தரும் வேலினைக் கையில் கொண்டு நம்மிடம் காதல்கொண்டு வந்த நன்மையாளனான தலைவன் தன் எண்ணம் பயனில்லாததாக நம்மைக் கூடாமல் மீண்டால் இன்றைய இவ்விரவும் உயிருடன் இருக்கமாட்டேன். என் முலைகளின் இடையே தேமலால் அழகு செய்யப்பெற்ற பரப்பில் கிடக்கும் முத்துமாலையைப் போன்றும் மலையின் நீண்ட சோலையின் துளிகள் சிதறும் குளிர்ந்த வெள்ளருவியைப் போன்றும் திங்களின் அழகிய கதிர்கள் மலையில் பரவின. நாம் என்ன செய்வோம்?

அகநானூறு 362; குறிஞ்சி

வெள்ளைமாளர்

வேம்புசினை ஒடிப்பவும், காஞ்சி பாடவும்,
நெய்யுடைக் கையர் ஐயவி புகைப்பவும்,
எல்லா மனையும் கல்லென் றவ்வே;
வேந்து உடன்று எறிவான் கொல்லோ
நெடிதுவந் தன்றால் நெடுந்தகை தேரே?

திணை : வாகை; துறை : ஏறான் முல்லை

வேம்பின் கிளைகளை ஒடிப்பதும் காஞ்சிப்பண் பாடுவதும், நெய்யுடைய கையராக மனையுள்ளோர் வெண்சிறுகடுகினைப் புகைப்பதுமாக அனைத்து வீடுகளிலும் கல்லென்ற ஆரவாரம் கேகிறது. அவன் தேர் மட்டும் நீண்ட நேரமாகியும் வரக் காணோமே! இந்த நெடுந்தகை, பகைவேந்தரை வென்றழித்தே மீள்வான் போலும்.

புறநானூறு; 296

வெறி பாடிய காமக்கண்ணியார்

அணங்குடை நெடுவரை உச்சியின் இழிதரும்
கணம்கொள் அருவிக் கான்கெழு நாடன்
மணம்கமழ் வியல் மார்பு அணங்கிய செல்லல்
இது என அறியா மறுவரற் பொழுதில்,
படியோர்த் தேய்த்த பல் புகழ்த் தடக்கை
நெடுவேட் பேணத் தணிகுவள் இவள் என,
முதுவாய்ப் பெண்டிர் அதுவாய் கூற,
களம் நன்கு இழைத்து, கண்ணி சூட்டி,
வளநகர் சிலம்பப் பாடி, பலிகொடுத்து,
உருவச் செந்தினை குருதியொடு தூஉய்,
முருகு ஆற்றுப்படுத்த உருகெழு நடுநாள்,
ஆரம் நாற, அருவிடர்த் ததைந்த
சாரற் பல் பூ வண்டு படச் சூடி,
களிற்று இரை தெரீஇய பார்வல் ஒதுக்கின்
ஒளித்து இயங்கும் மரபின் வயப் புலி போல,
நல் மனை நெடுநகர்க் காவலர் அறியாமைத்
தன்நசை உள்ளத்து நம்நசை வாய்ப்ப,
இன்உயிர் குழைய முயங்குதொறும் மெய்ம் மலிந்து,
நக்கனென் அல்லெனோ யானே எய்த்த
நோய்தணி காதலர் வர, ஈண்டு
ஏதில் வேலற்கு உலந்தமை கண்டே?

தோழி! தெய்வம் பொருந்தியுள்ள மலை உச்சியினின்று விழும் அருவிக்கூட்டம் விளங்கும் காடு பொருந்திய நாட்டையுடைய நம் தலைவனின் நறுமணம் கமழும் அகன்ற மார்பு வருத்திய வருத்தத்தை இதனால் ஏற்பட்டது என்று அறியாது கலக்கம் அடைந்த காலத்தில், தன்னை வணங்காத சூரபத்மன் முதலான பகைவரைக் கொன்று அழித்த பல்வகைப் புகழை உடைய பெரிய கைகளையுடைய முருகப் பெருமானை வழிபாடு செய்தால், இவள் துன்பம் தணியும் என்று அறிவு வாய்க்கப் பெற்ற பெண்டிர், இது

தெய்வத்தால் உண்டான துன்பமே! என்று உண்மை போலக் கூறினர். இவ்வாறு தோழி சொல்லத் தலைவி, 'தோழியே நம் தலைவனைப் பழி கூறாதே! தெய்வத்தால் உண்டான குற்றம் என்று பெண்டிர் சொன்ன அன்றைய இரவே, நம் தாய் வேலனை அழைத்தாள்; அவன் வந்து முருகவேளுக்கு வழிபாடு நடத்தற்குரிய களத்தைத் தூய்மை செய்தான்; அலங்கரித்தான்; வேலை நட்டுக் கடப்ப மாலையைச் சூட்டினான்; வளம் வாய்ந்த நம் இல்லம் ஒலியுண்டாகப் பாடிப் பலியைத் தந்தான்; அழகிய செந்தினையைக் குருதியுடன் கலந்து தூவி முருகக் கடவுளை வரவழைத்தான். அத்தகைய அச்சம் பொருந்திய அந்த நள்ளிரவில், நம் தலைவன் மார்பில் அணிந்த சந்தனம் நறுமணம் கமழப் பக்க மலையில் உள்ள அரிய குகைகளில் செறிந்த பல பூக்களை வண்டுகள் மொய்க்குமாறு ஆடியும், ஆண் யானையான இரையை அறிவதற்கு ஒதுங்கிய பார்வையுடன் மறைந்து இயங்கும் இயல்பு கொண்ட வலிமையுடைய ஆண் புலியைப் போல், நல்ல இல்லங்களையுடைய நம் ஊரின் காவலர் தன்னை அறிந்துகொள்ளாத வகையில், அவரை விரும்பும் நம் விருப்பம் நிறைவுற நம்மிடம் வந்தார். இனிய எனது உயிர் தளிர்க்கும்படித் தழுவும்போதெல்லாம் அன்னை முதலானவர் என் நோய்க்குச் சிறிதும் தொடர்பில்லாத முருகனுக்கு வெறியாட்டெடுத்த அறியாமையை நினைந்து நான் உடல் பூரித்துச் சிரித்தேன் அல்லேனோ!

அகநானூறு 22; குறிஞ்சி

பனிவரை நிவந்த பயம்கெழு கவாஅன்,
துணிஇல் கொள்கையொடு அவர்நமக்கு உவந்த
இனிய உள்ளம் இன்னா ஆக,
முனிதக நிறுத்த நல்கல் எவ்வம்
சூர்உறை வெற்பன் மார்புஉறத் தணிதல்
அறிந்தனள் அல்லள், அன்னை; வார்கோல்
செறிந்து இலங்கு எல்வளை நெகிழ்ந்தமை நோக்கி,
கையறு நெஞ்சினள் வினவலின், முதுவாய்ப்
பொய்வல் பெண்டிர் பிரப்பு உளர்பு இரீஇ,
முருகன் ஆர் அணங்கு என்றலின், அது செத்து,
ஓவத் தன்ன வினைபுனை நல்இல்,
பாவை அன்ன பலர் ஆய் மாண்கவின்

பண்டையின் சிறக்க, என் மகட்கு எனப் பரைஇ,
கூடுகொள் இன்இயம் கறங்க, களன் இழைத்து,
ஆடு அணி அயர்ந்த அகன்பெரும் பந்தர்,
வெண்போழ் கடம்பொடு சூடி, இன்சீர்
ஐதுஅமை பாணி இரீஇ, கைபெயரா,
செல்வன் பெரும் பெயர் ஏத்தி, வேலன்
வெறிஅயர் வியன்களம் பொற்ப, வல்லோன்
பொறிஅமை பாவையின் தூங்கல் வேண்டின்,
என்ஆம் கொல்லோ? தோழி! மயங்கிய
மையற் பெண்டிர்க்கு நொவ்வில் ஆக
ஆடிய பின்னும், வாடிய மேனி
பண்டையின் சிறவாது ஆயின், இம் மறை
அலர்ஆ காமையோ அரிதே. அஃதான்று,
அறிவர் உறுவிய அல்லல் கண்டருளி,
வெறிகமழ் நெடுவேள் நல்குவன் எனினே,
செறிதொடி உற்ற செல்லலும் பிறிது எனக்
கான்கெழு நாடன் கேட்பின்,
யான் உயிர்வாழ்தல் அதனினும் அரிதே.

தோழி! குளிர்ந்த மலையின் உயர்ந்த வளம்பொருந்திய பக்க மலையில் வெறுப்பில்லாத கொள்கையுடன் நமக்கு மகிழ்ந்து அளித்த இனிய உள்ளம் பின்னர் வராமையின்மையால் வெறுக்கும்படி நிலை பொருத்திய நமக்குத் தந்த வருத்தமானது, தெய்வம் உறையும் மலையை உடையவனான அத்தலைவன் மார்பை மீண்டும் நாம் பொருந்துவதாலே தணியும் என்ற உண்மையை நம் தாயானவள் இன்னும் அறியவில்லை. நீண்ட கோல் தொழில் அமைந்து நெருங்கி விளங்கும் ஒளி பொருந்திய என் கைவளையல் நெகிழ்ந்த நிலையைப் பார்த்துச் செயலற்ற உள்ளத்தை உடையளாய்க் கட்டுவிச்சியை வினவுதலால், பொய் கூறுதலில் கூர்மையான அறிவுடைய அம் மகளிரும் பிரம்பு அரிசியைப் பரப்பிவைத்து, இது முருகனின் செயலால் நிகழ்ந்தது என்று கூறுதலால், அதை உண்மை என நம்பி, ஓவியம் போன்ற கலையால் அழகு செய்யப்பட்ட வீட்டில் பாவையைப் போன்ற பலராலும் ஆராய்ந்து கண்டு மகிழத் தகுந்த மாட்சிமையுடைய அழகானது என் மகளுக்கு முன்பு போலவே சிறப்புறுக என்று முருகப் பெருமானை வேண்டுதல்

செய்தாள். பின்பு தம்முள் இசை முதலியவற்றால் இயைகின்ற இசைக்கருவிகள் பலவும் ஒலிக்க, வெறியாடற்குரிய களத்தை இழைத்து, அதற்கேற்ற அழகுகளும் செய்யப்பட்ட அகன்ற பெரிய பந்தலில், வெண்மையான பனந்தோட்டைக் கடம்ப மலருடன் சூடி, கேட்டற்கு இனிய பாடலை மெலிதாக அமைந்த தாளத்துடன் கூட்டி முருகப் பெருமானின் புகழை எடுத்துக் கூறிப் புகழ்ந்து வேலன் வெறியாடுகின்ற, அகன்ற அக்களமானது அழகுபெற வல்லவன் ஆட்டும் பொறிப்பாவையைப் போல ஆடுதலை விரும்பினால் என்ன ஆகுமோ? அறிவு மயங்கிய செவிலி முதலிய மகளிருக்குப் பின்னரும் துன்பம் உண்டாகுமாறு வேலன் வெறியாடிய பின்பும் நம்மேனி அவர் வேண்டியபடி முன்போலச் சிறப்படையாது போனால் இந்தக் களவொழுக்கம் பலரும் தூற்றுமாறு வெளிப்படாதிருத்தல் அரிதேயாகும். நம் தலைவரால் ஏற்பட்ட இந்த அல்லலைத் தெரிந்தருளுதலால் மணம் கமழும் முன்னைய அழகை முருகவேள் தந்தருளுவான் என்றால், நெருங்கிய, வளையலை அணிந்த நம் தலைவி அடைந்த துன்பமும் வேறொன்றால் உண்டானது எனக் காடு பொருந்திய நாட்டையுடைய நம் தலைவர் கேட்டறிந்தால் பின்பு நாம் உயிர் வாழ்ந்திருத்தல் அதைவிட அரியதாகும்.

அகநானூறு 98; குறிஞ்சி

சூருடை நனந்தலைச் சுனைநீர் மல்க,
மால்பெயல் தலைஇய மன்நெடுங் குன்றத்து,
கருங்காற் குறிஞ்சி மதன்இல் வான்பூ,
ஓவுக்கண் டன்ன இல்வரை இழைத்த
நாறுகொள் பிரசம் ஊறுநா டற்குக்
காதல் செய்தலும் காதலம் அன்மை
யாதனிற் கொல்லோ? தோழி! வினவுகம்,
பெய்ம்மணல் முற்றம் கடிகொண்டு
மெய்ம்மலி கழங்கின் வேலற் தந்தே.

அச்சமுடைய பெரிய இடத்திலுள்ள சுனையில் நீர் பெருகுமாறு பெரிய நெடிய குன்றத்தில் மேகம் மழை பெய்தது. கரிய கம்பையுடைய குறிஞ்சியின் வலிமையில்லாத வெளிய பூவை ஓவியன் ஒருவன் வரைந்தது போன்ற வேட்டுவர் இல்லங்களிலே தேனடைக்கு மணம் கொள்ளும் தேன் ஊறும் நாட்டையுடைய

தலைவனுக்கு நாம் காதல் கொண்டாலும் அவன் நம் மீது காதல் கொள்ளவில்லை. தோழி! மணல் பெய்த முற்றத்தில் சிறப்புச்செய்த உண்மையைக் கூறுகின்ற கழங்கு இட்டுக் குறிபார்க்கும் பூசாரியைத் தாய் அழைத்திருக்கிறாள். அவனை நாமும் வினவிக் காதல் இல்லாமற் போகிற காரணத்தைத் தெரிந்துகொள்வோம்.

நற்றிணை 268; குறிஞ்சி

நீர்அறவு அறியா நிலமுதற் கலந்த
கருங்குரல் நொச்சிக் கண்ஆர் குரூஉத் தழை,
மெல் இழை மகளிர் ஐதுஅகல் அல்குல்,
தொடலை ஆகவும் கண்டனம், இனியே,
வெருவரு குருதியொடு மயங்கி, உருவு கரந்து,
ஓறுவாய்ப் பட்ட தெரியல்ஊன் செத்து,
பருந்து கொண்டு உகப்ப யாம் கண்டனம்
மறம்புகல் மைந்தன் மலைந்த மாறே!

திணை :நொச்சி; துறை : செருவிடை வீழ்தல்

கரிய கொத்துக்களையுடைய நொச்சியினுடைய கண்ணுக்கு நிறைந்த அழகிய வண்ணமுடைய தழையுடையை, மெல்லிய இழைகளை அணிந்த இளமகளிருடைய அகன்ற அல்குலில் முன்னர் கண்டோம். இப்பொழுது அச்சம் தருகின்ற குருதி உருமாறிய தோய்ந்த நொச்சி மாலையை ஊன் என்றே நினைத்துப் பருந்து எடுத்துப் பறந்து செல்வதையும் கண்டோம். வீரம் செறிந்த ஒருவன் அந்த நொச்சி மாலையை அணிந்ததனால் தானே இந்நிலை உண்டாயிற்று!

புறநானூறு, 271

வெடிவேய் கொள்வது போல ஓடி,
தாவுநி உகளும், மாவே; பூவே,
விளங்குஇழை மகளிர் கூந்தற் கொண்ட
நரந்தப் பல்காழ்க் கோதை சுற்றிய
ஐது அமை பாணி வணர்கோட்டுச் சீறியாழ்க்
கைவார் நரம்பின் பாணர்க்கு ஓக்கிய
நிரம்பா இயல்பின் கரம்பைச் சீறூர்

நோக்கினர்ச் செருக்கும் காளை ஊக்கி,
வேலின் அட்ட களிறு பெயர்த்து எண்ணின்,
விண்இவர் விசும்பின் மீனும்,
தண்பெயல் உறையும், உறைஆற் றாவே.

திணை : தும்பை; துறை : குதிரை மறம்

வளைத்துவிட்ட மூங்கில் மேல் நோக்கி எழுவதுபோல அவனுடைய குதிரைகள் பாய்ந்து செல்லும் ஆற்றலுடையன. ஒளிர்ந்திடும் அணிகளை அணிந்த விறலியருக்குப் பொற்பூக்களும், கைவிரலால் இசைக்கும் நரம்பினை இயக்கி இசைத் தொழில் புரியும் பாணருக்கு நரந்தப் பூ மாலைகளும் அளித்தான். இவன் ஊரை நோக்கிப் பகைவர் போருக்கு வந்தால், கொல்லும் காளை போன்றவன், சினந்தெழுவான். போர்க்களத்தில் அவன் கொன்று குவித்த களிறுகளின் எண்ணிக்கை, விண்மீன்களிலும் மழைத்துளிகளிலும் மிக்கவையாகும்.

புறநானூறு, *302*

பெண் கவிஞர்கள் பற்றிய குறிப்புகள்:

சங்கக் கவிஞர்கள் தம் பெயரையோ, வாழ்க்கைக் குறிப்புகளையோ சொல்லிக்கொள்வது அக்காலத்தில் வழக்கில் இல்லை. சங்கக் கவிதைகள் எழுதப்பட்ட காலம் ஒன்றாகவும், தொகுத்த காலம் பிறிதொன்றாகவும், அவற்றுக்குத் திணை, துறை வகுத்த காலமும், உரையெழுதிய காலமும் வேறு வேறாகவும் அமைந்த கால வேறுபாட்டினால் வரலாற்றுத் தகவல்கள் முறையாகத் தொகுத்து எழுதப்படவில்லை. எனினும் பாடல்களில் காணப்படும் குறிப்புகளைக் கொண்டு வரலாற்றைக் கண்டறியும் முயற்சி மேற்கொள்ளப்பட்டுள்ளது. இந்நிலையில் சங்கப் பெண் கவிஞர்கள் பற்றிய குறிப்புகள் அறிமுகநிலையில் இங்குத் தொகுத்துத் தரப்பட்டுள்ளன.

அஞ்சியத்தை மகள் நாகையார்

இவருடைய இயற்பெயர் நாகை என்பதாகும். தகடூர் (தற்சமயம் தருமபுரி எனப்படுகிறது) என்ற ஊரைச் சேர்ந்தவர். மன்னர்குடியில் பிறந்த பெண்ணாகிய அஞ்சியத்தையின் மகளான நாகையார் கவிதையெழுதுவதுடன் இசைத்தமிழ் நுணுக்கங்களையும் அறிந்திருந்தார். இவர் எழுதிய அகநானூற்றுப் பாடல் ஒன்று மட்டும் தற்சமயம் கிடைக்கின்றது.

அஞ்சில் அஞ்சியார்

அஞ்சி என்ற இயற்பெயருடைய இவர் அஞ்சில் என்ற ஊரைச் சேர்ந்தவர். இவ்வூர் தற்பொழுது அஞ்சூர் (செங்கல்பட்டு மாவட்டம்) எனப் பெயர் மருவி வழங்கப்படுகிறது. இவர் இயற்றிய நற்றிணைப் பாடல் ஒன்று மட்டும்தான் தற்சமயம் கிடைக்கின்றது.

அள்ளூர் நன்முல்லையார்

சிவகங்கை மாவட்டத்திலுள்ள அள்ளூர் என்ற ஊரில் வாழ்ந்த பெண் கவிஞரின் இயற்பெயர் முல்லை என்பதாகும். இவர்

பாடிய அகப்பாடல்கள் பத்தும், புறப்பாடல்கள் இரண்டும் கிடைத்துள்ளன. இவருடைய பாடலில் அள்ளூர் என்ற வயல் வளமான மருத ஊரானது நுணுக்கமாகச் சித்திரிக்கப்பட்டுள்ளது.

ஆதிமந்தியார்

சோழமன்னன் கரிகால் வளவனின் மகளான ஆதிமந்தி, சேரநாட்டு மன்னரான ஆட்டனத்தியை மணந்துகொண்டாள். காவிரி வெள்ளத்தில் ஆட்டனத்தி அடித்துச் செல்லப்பட்டதால், ஆதிமந்தி ஆற்றங்கரை ஓரமாகவே சென்று கதறினாள்; இறுதியில் கடல் கரையோரமாகக் கரை ஒதுங்கிய கணவனைக் கண்டு மகிழ்ந்தாள். ஆதிமந்தி கதைக் குறிப்பானது அகநானூற்றில் ஐந்து இடங்களிலும் சிலப்பதிகாரத்தில் ஓரிடத்திலும் இடம் பெற்றுள்ளது. ஆதிமந்தியார் பெயரில் ஒரு பாடல் குறுந்தொகையில் காணப்படுகிறது.

ஊண்பித்தையார்

இவர் பெயர் ஊண் பித்தி என்றும் எழுதப்படுகிறது. இவரைத் தமிழறிஞர்கள் சிலர் பெண் கவிஞராக ஏற்கவில்லை. குறுந்தொகையில் இவர் பாடிய பாலைத்திணைப் பாடலொன்று இடம்பெற்றுள்ளது. வேறு தகவல்களை அறிய இயலவில்லை.

ஒக்கூர் மாசாத்தியார்

சிவகங்கை மாவட்டத்திலுள்ள ஒக்கூர் என்ற ஊரில் வாழ்ந்த மாசாத்தியார் பாடிய எட்டுப் பாடல்கள் சங்க இலக்கியத் தொகுப்பில் இடம்பெற்றுள்ளன. போருக்குத் தன்னுடைய இளவயது மகனை அனுப்பத் துணிந்த பாடலை இயற்றிய மாசாத்தியார், தமிழரின் வீரம் பற்றிய புனைவியலுக்கு வித்திட்டவர். குறுந்தொகையில் ஐந்து பாடல்களும் அகநானூற்றில் இருபாடல்களும் புறநானூற்றில் ஒரு பாடலும் இவரது பெயரில் இடம்பெற்றுள்ளன.

ஔவையார்

தமிழில் அகத்தியர் பலர் போல, ஔவையாரும் பலர் உண்டு. சங்ககாலத்தில் வாழ்ந்த ஔவையார் விறலியர் மரபினைச் சார்ந்தவர். இன்றைய கொங்கு நாட்டின் ஒரு

பகுதியான அதியமான் அரசாண்ட நாட்டில் ஔவையார் வாழ்ந்தார். கவிதைகள் இயற்றுவதில் வல்லவரான ஔவையார் மன்னர்களிடம் செல்வாக்கு மிக்கவராக விளங்கினார். மன்னர்களிடையே தூது சென்று போரினை நிறுத்திடும் வல்லமையுடைய ஔவையாரின் பாடல் வரிகளை நுணுகி ஆராய்ந்தால், இவர் இளவயது மங்கை என்றும், இவருக்கும் மன்னன் அதியமானுக்கும் இடையில் காதல் தொடர்பு இருந்தது என்பதனையும் அறியலாம். முட்டுவேன் கொல் தாக்குவேன் கொல் என்ற ஔவையாரின் காமம் பற்றிய சித்திரிப்பு, இன்றைய மறுவாசிப்பில் பெண்ணிய நோக்கில் முக்கிய இடம் பெறுகிறது.

ஔவையாரின் பாடல்களாக அகநானூற்றில் நான்கு பாடல்களும் குறுந்தொகையில் பதினைந்து பாடல்களும், நற்றிணையில் ஏழு பாடல்களும் புறநானூற்றில் முப்பத்திரண்டு பாடல்களும் இடம்பெற்றுள்ளன.

கச்சிப்பேட்டு நன்னாகையார்

செங்கற்பட்டு மாவட்டத்திலுள்ள காஞ்சிபுரம் நகரானது சங்ககாலத்தில் கச்சி என அழைக்கப்பட்டது. அவ்வூரில் வாழ்ந்த கவிஞரின் இயற்பெயர் நன்னாகை ஆகும். இவருடைய ஆறு பாடல்கள் குறுந்தொகையில் தொகுக்கப்பட்டுள்ளன.

கழார்க்கீரன் எயிற்றியார்

எயிற்றியார் என அறியப்படும் இப்பெண் கவிஞர் கழார் என்னும் ஊரைச் சேர்ந்த கீரன் என்பவரின் துணைவியராக இருக்கலாம். கழார் என்ற ஊர், மயிலாடுதுறைக்கு அருகில் உள்ளது. தலைவனைப் பிரிந்து கார்காலத்தில் வாடைக்காற்றினால் வாடி நள்ளிரவிலும் காத்திருக்கும் பெண்ணின் மனத்தினை நுட்பமான கவிதை வரிகளாக்கியுள்ளார். இவர் பாடிய பாடல்கள் அகநானூற்றில் நான்கும் குறுந்தொகையில் இரண்டும் நற்றிணையில் இரண்டும் இடம் பெற்றுள்ளன.

காக்கைபாடினியார் நச்செள்ளையார்

செள்ளை என்ற பெயருடைய இவரின் புலமையை வியந்தவர்கள். நல் என்ற அடைமொழி தந்து போற்றினர். நற்செள்ளை என்பது நாளடைவில் நச்செள்ளை என்று மருவியது. இவர் சேர நாட்டிலுள்ள காக்கையூர் (பாலக்கட்டுக்கு

அருகில் உள்ள கிராமம்) என்ற ஊரைச் சார்ந்தவர். இவர் பாடிய பாடல்கள் குறுந்தொகையில் ஒன்றும் பதிற்றுப்பத்தில் ஆறாம் பத்தும், புறநானூற்றில் ஒரு பாடலும் உள்ளன. பதிற்றுப்பத்தில் இதுவரை கிடைத்துள்ள எட்டுப் பத்துக்கள் பாடியவர்களில் நச்சள்ளையார் மட்டும் பெண் கவிஞர் ஆவார். பண்டைத் தமிழரிடம் வழக்கிலிருந்த தாய்வழிச் சமுதாய அமைப்பு முறையினைப் பற்றிக் குறிப்பிட்டுள்ளார் நச்செள்ளையார். மனைவியை முன்னிறுத்திக் கணவனைப் பின்னிறுத்தும் குறிப்புகள் இவருடைய பாடலில் இடம்பெற்றுள்ளது குறிப்பிடத்தக்கது.

காமக்காணிப் பசலையார்

இவர் மதுரைக் காமக்காணி நப்பசலையார், காமக்கணிப் பசலையார் என்றும் சிலரால் குறிப்பிடப்படுகிறார். காமக்காணி என்ற பண்டைக் காலத்தில் வழங்கிய நிலவுரிமை காரணமாகப் பெயருக்கு முன்னால் காமக்காணி என்பதனைச் சிலர் சேர்த்துக்கொண்டனர். இவரும் அத்தகைய சிறப்புப் பெற்றவராக இருந்திருக்க வேண்டும். பசலை என்ற இயற்பெயருடைய இவரின் புலமை காரணமாக, நல் என்ற அடை சேர்த்து நப்பசலையார் என்று வழங்கப்பட்டிருக்கலாம். இவருடைய பாடலொன்று நற்றிணையில் இடம்பெற்றுள்ளது.

காவற்பெண்டு

தமிழில் செவிலிப்பெண்ணைக் காவற்பெண்டு என்று அழைப்பது வழக்கு. இவர் சோழன் போர்வைக்கோ பெருநற்கிள்ளியின் செவிலித்தாய் என்று சிலரால் குறிக்கப்படுகின்றார். இவர் பாடிய பாடலின் பொருள் மற்றும் பெயரின் காரணமாக மறக்குடிப் பெண்ணாகவும் கருதப்படுகிறார். தனது வயிற்றினைப் புலி இருந்த குகையாக உவமித்து, அவனைக் காண வேண்டுமெனில் போர்க்களத்திற்குச் செல் என்று செருக்குடன் கூறுகின்ற புறநானூற்றுப் பாடலை இவர் பாடியுள்ளார்.

குமிழிஞாழலார் நப்பசலையார்

இவர் தொண்டை நாட்டுக் குமிழி நாட்டிலுள்ள ஞாழலூரைச் சேர்ந்தவர். பசலையார் என்பது பண்டைக்காலத்தில் பெண்ணுக்கு வழங்கப்பட்ட சிறப்புப் பெயர். இவர் எழுதிய பாடலொன்று அகநானூற்றில் இடம்பெற்றுள்ளது.

குறமகள் இளவெயினி

குறிஞ்சி நிலத்தில் வாழும் மலைவாழ் மக்கள் குறவர், குறமகளிர் எனப்பட்டனர். இவர் ஏறைநாட்டுத் தலைவனான ஏறைக் கோனைப் புகழ்ந்து பாடிய பாட்லொன்று புறநானூற்றில் காணப்படுகிறது. ஏறைநாடு என்பது இன்று கேரளாவில் ஏர்நாடு என்று வழங்கப்படுகிறது.

குறமகள் குறியெயினி

குறிஞ்சி நிலத்தில் வாழும் எயினி இன மக்கள், 'கட்டுவித்தி' யாகக் குறி சொல்வதிலும் சிறந்து விளங்கினர். எனவே, குறமகள் குறியெயினி குறி சொல்கிறவராக விளங்கியிருக்க வாய்ப்புண்டு. இவரது பாடலொன்று நற்றிணையில் தொகுக்கப்பட்டுள்ளது.

குன்றியனார்

இவருடைய பாடலொன்று குறுந்தொகையில் இடம் பெற்றுள்ளது. இவரைப் பற்றிய பிற தகவல்களை அறிய இயலவில்லை.

தாயங்கண்ணியார்

கணவனை இழந்த பெண்ணின் சமூக நிலையும் அவளுடைய செயற்பாடுகளும் பற்றி விவரிக்கும் புறநானூற்றுப் பாடலை எழுதியுள்ள தாயங்கண்ணியாரின் பாடல், பெண்ணியல் நோக்கில் முக்கியமானது. இவருடைய ஒரு பாடல் புறநானூற்றில் சேர்க்கப்பட்டுள்ளது.

நக்கண்ணையார்

நக்கண்ணை என்ற பெயர் வடமொழியிலுள்ள சுலோசனா என்ற பெயரின் மொழிபெயர்ப்பாகக் கருதப்படுகிறது. எனினும் நப்பின்னை, நச்செள்ளை போன்று இதுவும் தமிழ்ப் பெயராகத்தான் இருக்க வேண்டும். இவர் பாடியனவாக அகநானூற்றில் ஒன்றும் நற்றிணையில் மூன்றுமாக நான்கு பாடல்கள் உள்ளன.

நல்வெள்ளியார்

இவர் மதுரை நல்வெள்ளியார் எனவும் அழைக்கப்படுகிறார். எனவே இவர் மதுரையைச் சார்ந்தவராக இருத்தல் வேண்டும். இவருடைய பாடல்கள் அகநானூற்றில் ஒன்றும் குறுந்தொகையில் ஒன்றும் நற்றிணையில் மூன்றும் இடம்பெற்றுள்ளன.

நண்ணாகையார்

குறுந்தொகையில் நன்னாகையாரின் இரு பாடல்கள் இடம் பெற்றுள்ளன.

நெடும்பல்லியத்தை

நெடும்பல்லி என்பது ஆந்திர மாநிலம் சித்தூர் மாவட்டத் திலுள்ள ஊர், அவ்வூர் இன்று நடிம்பள்ளி என வழங்கப்படுகிறது. நெடும்பல்லியைச் சார்ந்த இவர் ஊர்ப் பெயரினாலேயே அழைக்கப்பட்டார். இவர் பாடியன குறுந்தொகையிலுள்ள இருபாடல்கள் மட்டுமே.

பாரி மகளிர்

பறம்பு நாட்டினை ஆண்ட பாரி மன்னனின் இரு மகள்களும் சேர்ந்து பாடிய பாடல் புறநானூற்றில் இடம் பெற்றுள்ளது. அவர்களின் பெயர்கள் அங்கவை, சங்கவை என்று செவிவழிச் செய்தி மூலம் அறியப்படுகின்றது. இவர்கள் இருவரும் இரட்டைப் பிள்ளைகள் என்பது சிலரின் கருத்து. தங்கள் தந்தையான பாரி இறந்தபிறகு முழுநிலவு நாளில் பறம்பு மலையைக் கண்டு மனம் வருந்திப் பாரிமகளிர் பாடிய இப்பாடல் எளிய வரிகளில் ஆழ்ந்த சோகத்தினை வெளிப்படுத்துகிறது.

பூங்கண் உத்திரையார்

உத்திரையார் என்ற இயற்பெயருடைய இவர் சோழநாட்டிலுள்ள பூங்கண் என்ற ஊரைச் சார்ந்தவர். இவர் உத்திரத்தில் பிறந்ததால் உத்திரை எனவும் அழைக்கப்பட்டிருக்கலாம். இவருடைய பாடல்கள் குறுந்தொகையில் இரண்டும், புறநானூற்றில் ஒன்றுமாக உள்ளன.

பூதப்பாண்டியன் தேவியார் பெருங்கோப்பெண்டு

புதுக்கோட்டை மாவட்டத்தில் தற்பொழுது ஒலியமங்கலம் என்று வழங்கப்படும் ஊரானது, பண்டை நாளில் ஒல்லையூர் நாடாக விளங்கியது. அந்நாட்டை ஆண்ட மன்னனான பூதப்பாண்டியன் இறந்தபோது, மிகவும் வருந்திய அவனுடைய மனைவி பாடிய பாடலொன்று புறநானூற்றில் இடம் பெற்றுள்ளது. இவருடைய இயற்பெயரினை அறிய இயலவில்லை. கணவன் இறந்ததும், சமூகரீதியில் பெண் அடையும் துயரங்களைவிடத் தீக்குளிப்பது மேலானது என்ற கருத்தமைந்த பாடலைப் பாடியுள்ளார். இப்பாடல் பன்முக வாசிப்பினுக்கு இடம் தரக்கூடியது.

பெருங்கோழிநாய்கன் மகள் நக்கண்ணையார்

நக்கண்ணையாரின் தந்தையாரின் பெயர் நாய்கன். சொந்த ஊர் பெருங்கோழி ஆகும். இன்றைய உறையூரின் ஒரு பகுதியாக முன்னர் கோழியூர் இருந்தது என்று ஆய்வாளர்கள் குறிக்கின்றனர். நாய்கன் என்ற சொல், கடல் வாணிகம் செய்கிறவர்களைக் குறிக்கும். இவரது தந்தையான நாய்கன் புறநானூற்றைத் தொகுத்தவர். உறையூர் வீரை வேண்மான் வெளியன் தித்தனது மகன் கோப்பெரு நற்கிள்ளி என்றும் சோழ மன்னனை ஒருதலையாகக் காதலித்தமையினால், அவனின் வீரச் சிறப்பினை வியந்து பாடியுள்ளார். புறநானூற்றில் இவருடைய மூன்று பாடல்கள் உள்ளன.

பேய்மகள் இளவெயினி

எயினி என்பது பாலை நிலத்து மக்களிடையே வழக்கிலுள்ள பெயர். எனினும் அப்பெயர் பிற நிலத்து மக்களிடையேயும் வழங்கப்பட்டு வந்தது. ஆடவருக்குப் பேயன், பேய் என்று பெயர் வைப்பது பண்டைய வழக்கம். மதுரை வட்டாரத்தில் பேயாண்டி என்று பெயர் வைப்பது இன்றும் நடைமுறையில் உள்ளது. எனவே, பேய் என்று அழைக்கப்படுகிறவரின் மகளான எயினி என்று கொள்வதே பொருத்தமாகும். தேவராட்டி, பூசாரிச்சி, பேயினது ஆவேசமுற்றவள் என்று பேய் மகளுக்குச் சிலர் விளக்கம் தர முயலுகின்றனர். இவர் சேரமான் பாலை

பாடிய பெருங்கடுங்கோவைப் புகழ்வதுடன் சேரநாட்டுத் தலைநகரான வஞ்சி நகரின் வளத்தையும் பாராட்டுவதால், இவர் சேரநாட்டைச் சேர்ந்தவர் என்பதனை அறிய முடிகிறது. புறநானூற்றில் இவருடைய பாடல் இடம் பெற்றுள்ளது.

பொதும்பில் புல்லாளங் கண்ணியார்

இவர் மதுரைக்கு அருகிலுள்ள பொதும்பு என்ற சிறிய ஊரினைச் சார்ந்தவர். இவருடைய பாடலொன்று அகநானூற்றில் உள்ளது.

பொன்மணியார்

குறுந்தொகையில் ஒரே ஒரு பாடலை எழுதியவராக அறியப்படும் இவர், பெயர் அடிப்படையில் பெண் கவிஞராகக் கருதப்படுகிறார்.

பொன்முடியார்

பொன்முடி என்ற ஊரைச் சேர்ந்த இக்கவிஞர், ஊரின் பெயராலே பொன்முடியார் என்று அழைக்கப்பட்டார். சேர நாட்டில் பொன்முடி என்ற ஊரைச் சார்ந்தவராக இவரைக் கருதலாம். இவர் பாடிய மூன்று பாடல்கள் புறநானூற்றில் இடம் பெற்றுள்ளன. இவர் ஈன்று புறந்தருதல் என்தலைக் கடனே என்று இனக்குழுச் சமூகத்தில் பெண்ணின் இருப்பினை வெளிப்படுத்தியுள்ளார். முருகன் கோயிலுக்கு வந்தபோது திடீரென மாதவிலக்கு ஏற்பட்டதால், அங்குள்ள பொருட்களைத் தொடாது ஒதுங்கி நின்ற காட்சியைப் பகை மன்னனின் குதிரையின் செயலுக்கு உவமையாகக் கூறியுள்ளார். தமிழ் இலக்கியத்தில் மாதவிலக்கினைப் பற்றிக் குறிப்பிடும் முதல் பெண் கவிஞர் இவராகத்தான் இருக்க முடியும்.

போந்தைப் பசலையார்

போந்தை என்ற ஊரைச் சார்ந்த பசலையார் என்பதால் இவர் போந்தைப் பசலையார் என அழைக்கப்பட்டார். தமிழ்நாட்டில் போந்தை என்ற பெயருடைய ஊர்கள் பல உள்ளன. எனவே இவருடைய ஊரினை அறிய இயலவில்லை. சேர மன்னரின்

பூவான பனம்பூவானது போந்தை எனப்படுகிறது. எனவே இவர் சேரநாட்டினர் என்பது சிலரின் கருத்து. இவரது பாடலொன்று அகநானூற்றில் உள்ளது.

மதுரை மேலைக்கடையத்தார் நல்வெள்ளையார்

வெள்ளை என்பது இவருடைய இயற்பெயர். திருநெல்வேலி மாவட்டத்திலுள்ள மேலக்கடையம் என்ற ஊரிலிருந்து இவருடைய முன்னோர்கள் மதுரைக்கு குடிபெயர்ந்திருக்க வேண்டும். எனவேதான் மதுரையில் வாழ்ந்தாலும், இவரது இயற்பெயரின் முன்னர் மேலைக்கடையத்தார் என்ற பெயர் இடம்பெற்றுள்ளது. மதுரை ஓலைக்கடையத்தார் என்றும் இவர் குறிப்பிடப்படுகிறார். இவர் பாடிய இருபாடல்கள் நற்றிணையில் உள்ளன.

மாரிப்பித்தியார்

இவருடைய இரு பாடல்கள் புறநானூற்றில் இடம்பெற்றுள்ளன. இவர் மாற்பித்தியார் என்ற பெயரிலும் அறியப்படுகிறார்.

மாறோக்கத்து நப்பசலையார்

மாறோக்க நாட்டினைச் சார்ந்த நப்பசலையார் என்று அழைக்கப்பட்டார். இவருடைய பாடல்களில் குளமுற்றத்துத் துஞ்சிய கிள்ளிவளவன், மலையமான் திருமுடிக்காரி, மலையமான் சோழிய ஏனாதி திருக்கண்ணன் ஆகிய சோழ மன்னர்கள் மூவர் பாராட்டப்படுகின்றனர். இவருடைய பாடல்கள் புறநானூற்றில் ஏழும் நற்றிணையில் ஒன்றும் இடம்பெற்றுள்ளன.

முள்ளியூர்ப்பூதியார்

பூதியார் என்ற இயற்பெயருடைய இவரது சொந்த ஊர் முள்ளியூர். இவ்வூர் திருநெல்வேலி மாவட்டத்தில் முன்னர் இருந்த முள்ளி நாட்டுப் பகுதியின் தலைமை ஊராக விளங்கியது. இப்பொழுது அந்த ஊர் மறைந்துவிட்டது. இவருடைய பாடல் அகநானூற்றில் உள்ளது.

வருமுலையாரித்தி

இத்தி என்ற இயற்பெயரையுடையவரின் ஊர் பெருமுளை என்பதாகும். பெருமுளை என்பது நாளடைவில் மருவி வருமுலை என்பதாயிற்று. இத்தி என்பது இற்றி என்ற விழுது விடும் மரத்தின் நாட்டு வழக்காகும். மலர், கொடி, மரம் போன்றவற்றை மக்களுக்கு இட்டு வழங்கும் மரபு தமிழகத்தில் இருப்பதால், இற்றி மரப் பெயரானது இப்பெண் கவிஞரின் பெயராக இருத்தல் வேண்டும். எனவே பெருமுளை இற்றி என்பது வருமுலையாரித்தி என மருவியது எனலாம். இவரை முலை என்ற உறுப்பினால் பெயர் பெற்ற கவிஞர் என்றும் சிலர் குறிப்பர். இவர் பாடிய ஒரு பாடல் குறுந்தொகையில் உள்ளது.

வெண்ணிக் குயத்தியார்

தஞ்சாவூருக்கு அருகிலுள்ள வெண்ணி என்ற ஊரினைச் சார்ந்த இவரின் இயற்பெயர் அறிய இயலவில்லை. குயத்தியார் என்பது பண்டைநாளில் வேந்தரால் வழங்கப்பட்ட குயம் என்ற பட்டப் பெயரிலிருந்து வந்ததாகும். இவரது பாடலொன்று புறநானூற்றில் உள்ளது.

வெண்பூதியார்

இவர் பாடிய மூன்று பாடல்கள் குறுந்தொகையில் உள்ளன.

வெண்மணிப்பூதியார்

வட ஆற்காடு மாவட்டத்திலுள்ள வெண்மணி என்ற ஊரைச் சார்ந்தவரின் இயற்பெயர் பூதியார் என்பதாகும். இவர் பாடிய ஒரு பாடல் குறுந்தொகையில் உள்ளது.

வெள்ளிவீதியார்

பெயர் அறிய இயலாத புலவர்களுக்கு அவர்கள் பாடிய பாடல்களில் இடம் பெற்றுள்ள சிறப்பான தொடர்களைப் பெயராகத் தருவது வழக்கிலுள்ளது. வெண்மணல் விரிந்த வீத்தையார் என்னும் தொடரே, நாளடைவில் மருவி, வெள்ளிவீதியார் என உருமாறி நிலைபெற்றிருக்கலாம். அன்னி, திதியன், வான வரம்பன் போன்றோரின் வரலாற்றுக் குறிப்புகள்

இவருடைய பாடல்களால் விளக்கமடைந்துள்ளன. இவர் எழுதிய பாடல்கள் குறுந்தொகையில் எட்டும், நற்றிணையில் நான்கும், அகநானூற்றில் இரண்டும் ஆக மொத்தம் பதினான்கு உள்ளன.

வெள்ளைமாளர்

இவர் பாடிய பாடலென்று புறநானூற்றில் இடம்பெற்றுள்ளது. பிற தகவல்களை அறிய இயலவில்லை.

வெறி பாடிய காமக்கண்ணியார்

காமக்கண்ணியார் என்பது இயற்பெயராகத் தெரியவில்லை. அது சிறப்புப் பெயராக இருக்க வாய்ப்புண்டு. அகநானூற்றில் இரு பாடல்களிலும் நற்றிணையில் ஒரு பாடலிலும் வெறியாடலையே பொருளாகப் பாடியுள்ளதால் இவர் வெறி பாடிய காமக்கண்ணியார் என்று அழைக்கப்பட்டார். இவைதவிர, புறநானூற்றிலும் இவருடைய இரு பாடல்கள் இடம்பெற்றுள்ளன.